પત્રોનો પ્રતિભાવ

(પત્રો)

સ્મિતા શાહ

સામગ્રી

સામગ્રી

પ્રસ્તાવના

પત્રો લખવાની ટેવ પડે તે માટે અભ્યાસક્રમમાં નિબંધના પ્રકારોમાં પત્ર-લેખનનું અદકેરું મહત્ત્વ હતું. અખબારોમાં બાળ વિભાગમાં અલકમલકમાંથી જુદા જુદા દેશોના બાળકોના સરનામા આવતા. એમાંથી પત્રમૈત્રી વિકસતી. એકબીજાના દેશની સંસ્કૃતિ અને જો એક જ દેશનો હોય તો પ્રાંતિય રીત રિવાજોની આપલે થતી. જ્ઞાનનો વિકાસ થતો. આજે તો ઈન્ટરનેટ, ઈમેઈલ અને વોટ્સઐપના જમાનામાં પત્ર વહેવાર લગભગ ભુલાઈ ગયો છે. એક જમાનો હતો કે મહાપુરુષોના પત્રોનો સંગ્રહ થતો અને પછી તેનું પુસ્તક થતું.

કેટલાય પત્રોમાં ઇતિહાસની અવિસ્મરણીય ઘટનાઓનું દસ્તાવેજી મૂલ્ય આજે આંકી શકાય તેવું નથી. ગાંધીજી, નહેરું, જયપ્રકાશનારાયણ જેવા મહાન નેતાઓ પત્રોના જવાબ અચૂક આપતા. શ્રી નરોત્તમ પલાણે પત્રોને દીવાદાંડીરૂપ ગણ્યા છે. પત્રો આપણને એસમયના ઇતિહાસમાં લઈ જાય છે. ગાંધી-શ્રીમદનો પત્ર વહેવાર, જવાહરલાલ નહેરુએ પુત્રી ઈન્દિરાને લખેલા પત્રો, અબ્રાહમ લીંકનનો એમના પુત્રને શાળામાં દાખલ કરતી વખતે માસ્તરને લખાયેલો પત્ર વગેરે આજે સાહિત્યનો અનમોલ ખજાનો છે.

આજના સોશિયલ મીડિયાના જમાનામાં પણ એવા જ એક અનમોલ પત્રોનો ખજાનો ધરાવતા વિદ્વાન, સહૃદયી અને અસાધારણ વિચારશૈલી ધરાવતા ઉમદા વ્યક્તિ શ્રી જાદવજી કાનજી વોરાની વાત મારે કરવી છે. તેઓ આજે પણ પત્ર-મૈત્રી શ્રેણી થકી પોતાના પ્રેરણાત્મક અને સકારાત્મક વિચારો પોતાના પત્રોમાં વ્યક્ત કરી નિસ્વાર્થભાવે પત્રો દ્વારા વહેંચે છે. પોતાના વિચારો અને શબ્દોની હૂંફથી કોઈના મૂરઝાતા જીવનને જીવતદાન મળે એવા શુભ આશયથી તેમણે 2009માં પત્રશ્રેણી શરુ કરી હતી. વિદ્યાર્થીકાળથી જસમાજ સેવાના આગ્રહી અને વિશાળ વાંચન ધરાવતા જાદવજીભાઈએ ચૂંટેલા

મિત્રોને વૈવિધ્યપૂર્ણ માનવમનને સ્પર્શતા વિષયો આવરીનેપત્રો દ્વારા પોતાનું જ્ઞાન વહેંચવાની શરૂઆત કરી. 100 મિત્રોથી શરુ થયેલી આ પત્રશ્રેણી 2024માં પંદર વર્ષ પૂરા કરે છેત્યારે ૪૫૦થી પણ વધુ પત્ર મિત્રો ધરાવે છે. સકારાત્મક વિચારો ધરાવતા આ પત્રો મિત્રો માટે મનની મુંઝવણમાંથી બહાર નીકળવાનો માર્ગ બની રહ્યા છે. તેમના પ્રેરણાત્મક લખાણોથી તણાવ અનુભવતા ઘણામિત્રોના જીવનમાં હળવાશ આવી છે. આ ઘટનાને હું અનોખી સિધ્ધી માનું છું. 15 વર્ષમાં 61 પત્રો લખાયા છે.

જાદવજીભાઈ સાથે મારે થોડો મોડો પરિચય થયો છે. હું તેમની પત્ર-શ્રેણીમાં દાખલ થઈ ત્યારે તેમના 13 પત્રો પોસ્ટ થઈ ચૂક્યા હતા. પણ ત્યાર બાદ નિયમિતપણે એમના પત્રો વાંચીને પ્રતિભાવ આપતી રહી છું. એમના પત્રોમાં આગલા પત્રના સંદર્ભે આવેલા શેર કરવા જેવા પ્રતિભાવો હોય છે અને અંતમાં સાહિત્યનો એક ટુકડો હોય છે. એ સાહિત્યના ટુકડા પર ચિંતન કરીને બધા પ્રતિભાવ આપે છે. તેમાની હું એક છું. શરૂઆતમાં હું પ્રતિભાવ આપતી વખતે હું આદરણીય જાદવજીભાઈ સંબોધન કરતી પણ ટૂંક સમયમાં મને એક શબ્દ મળી ગયો ત્યારથી એ મારા આદરણીય કલમબંધુ છે.

મને ક્યારેય ખ્યાલ આવેલો નહિ કે હું કોઈક દિવસ મારા લખેલા પત્રોનું પુસ્તક કરીશ. લોકડાઉનના સમયમાં હું નવરી પડી અને મને વિચાર આવ્યો મારા લખેલા પત્રોની પુસ્તિકા છપાવવાનો. જો કે મેં લખેલા બધા જ પત્રો મને મળ્યા નથી, જેટલા મળ્યા છે એટલાનું સંકલન કર્યું છે. આપને ગમશે એવી આશા રાખું છું.

સ્મિતા શાહ

1

આદરણીય કલમબંધુ,
મજામા હશો.

આપનો પત્ર મળ્યો છે. ઈ-મેઈલ અને ઈન્ટરનેટના જમાનામાં પણ ટપાલીની આતુરતાપૂર્વક રાહ જોવી પડે તેવા તમારા ભાવવિભોર પત્રોનું હૃદયમાં એક સ્થાન સ્થપાઈ ગયું છે. ડૉ.ધનવંતભાઈ શાહની વિદાયનો ઉલ્લેખ વાંચીને મારું મન પાછું ભરાઈ ગયું. તેમના જેવા પ્રેમવત્સલ વિદ્વાનને મળીને થાય કે કેવા મુઠ્ઠીભર આત્માઓના સદભાવ, કરૂણા, નિસ્વાર્થપણાના બળે આ દંભી દુનિયા અડીખમ ઊભી છે તેમ અનુભવ્યું છે. આપણો વિષય "પ્રતિકાર કે પછી સ્વીકાર" મને રસપ્રદ લાગ્યો. આપણે આપણી આજુબાજુ બે પ્રકારના માણસોને જોઈએ છીએ. આમ તો જુદા જુદા પ્રકારના એમ કહી શકાય. પણ અત્યારે બે પ્રકારની વાત કરીએ. ઘણાં લોકોને મળીએ એટલે એમ જ થાય કે મર્યા, આ વળી ક્યાં મળ્યા ? હમણાં ફરિયાદોનું પોટલું ખોલશે. સામેનાને બોલવા દે એ બીજા અને ઘણાંને જોઈને મન ખુશ થઈ જાય કે વાહ વિકટ સંજોગોમાં પણ કેવા હસતા રહે છે. આપણને તેની પાસે ઉભા રહેવાનું મન થાય. આ વિશ્વમાં સનાતન કશું જ નથી. (આત્મા સિવાય) બાળપણમાં કેટલો ઉત્સાહ હોય છે. ક્યારે મોટા થઈશું ? જાત જાતના સ્વપ્ન સેવ્યા હોય છે. યુવા વસ્થા ક્યારે આવી જાય છે ખબર પણ પડતી નથી. કમાવાનું, લગ્ન, બાળકો. અરે, બાળકો પણ મોટા થઈ જાય અને પ્રૌઢાવસ્થા આવી જાય ત્યાં સુધી તો વિચાર પણ આવતો નથી કે હવે ધીમા પડીએ. જ્યારે જ્યારે ઉમરની અસર વર્તાવા

માંડે, દા.ત. થાક લાગવા માંડે કે સંતાનો કહેવા માંડે કે હવે રહેવા દો, આરામ કરો. એ વાત એ સ્વીકારી શકાતી નથી. અને એમ જ થાય છે કે, હું પહેલા જેવો કેમ રહી ના શકું ? આ દલીલ અત્યંત ભૂલ ભરેલી છે. ગઈકાલે આપણે જેવા હતા તેવા આજે તો નથી જ.

દુનિયામાં સાતત્ય જાળવવા એક બાબત જરુરી છે અને તે છે પરિવર્તન... આપણે જે જગ્યાએ પહોંચ્યા છીએ એ હોદ્દો અથવા પદ (ધરના મોભીનું હોય કે પછી સંસ્થા અથવા રાજકારણના મોભીનું) ત્યાં આપણી પહેલા કોઈ બીજું હતું પછી આપણે આવ્યા અને પૂરી ક્ષમતાથી એ જવાબદારી નિભાવી. પણ... જ્યારે આપણા પછીની પેઢી તૈયાર થાય એટલે આપણે ગરિમાપૂર્વક ત્યાંથી ખસી જવું જોઈએ. જો આમ થાય તો આપણું માન પણ જળવાય અને આવનાર વ્યક્તિ આપણી સાથે મોકળાશ અનુભવે અને સલાહ-સૂચન પણ લે. છતાં લગભગ આવું બનતું નથી. આદિકાળથી મહાભારતના ધૃતરાષ્ટ્રને જ લઈએ. જ્યારે સત્તા છોડવાનો સમય આવ્યો ત્યારે વિવેકપૂર્વક છોડી દીધી હોત તો મહાભારતનું યુદ્ધ ખેલાયું ના હોત. જીવનમાં નિવૃત્તિ સ્વીકારતા ઘણાં લોકો શરમાય છે, પોતાનો હોદ્દો પકડી રાખે છે, માન ગુમાવે છે, અન્ય લોકોની અવગણનાથી અજંપો અને માનસિક તાણ અનુભવે છે.

મેં ઓશોના પુસ્તકમાં વાચ્યું હતું, ફળ જ્યારે પાકી જાય છે ત્યારે ડાળને છોડી દેવામાં જ ગૌરવ છે પણ જો એ સ્થાન છોડે જ નહિં તો શું થાય ? એણે ઝાડ પાસેથી મેળવેલું સત્ય કોઈનાય કામમાં આવશે નહિં, વ્યર્થ જશે. પોતાનું સ્થાન કબજે કરી રાખવા સાથે એ ખ્યાલ રાખવાનો છે કે, સંપૂર્ણતાએ પહોંચ્યા પછી તેનો ત્યાગ કરવાનો છે અર્થાત બીજાને સ્થાન આપવાનું છે. (નવી કુંપળ, નવો મ્હોર અને નવું ફળ) સાથે સાથે આપણું જ્ઞાન બીજાને પ્રેમથી વહેંચવાનું છે.

પરિવાર હોય કે, સંસ્થા કે પછી રાજકારણ, દરેકમાં વિચારભેદ તો રહેવાનો જ. પણ તેને મનભેદમાં ના ફેરવીએ, ઉદારમતવાદી બનીએ. નવા વિચારને આવકારીએ. "મારા જેવું તો કોઈ કરી જ ના શકે"

એવા વિચારોથી દૂર રહીએ. નિવૃત્તિને માણીએ, માંદગીને સ્વીકારીએ, અક્ષમતા અને નબળાઈને મન પર ના લઈએ. મંદિર નથી જવાતું ? ઘરમાં ભગવાનનું નામ લઈએ. પહેલા જેવું ભોજન નથી પચતું ? હળવું ભોજન લઈએ. જીવનને માણ્યું છે. મન થયું ત્યાં ફર્યા છીએ, મન થયું એ ખાધું છે. હવે સંયમ રાખવાનો સમય આવી ગયો છે. પહેલા શોખ માટે જીવતા હતા હવે જીવવા માટે શોખનો ત્યાગ કરવાનો છે. ઘરનાંને પ્રેમ આપવાનો છે. ભગવાને જે સમય આપ્યો છે તેને પ્રસન્નતાથી માણવાનો છે. અગરબત્તીની જેમ જીવીને વિદાય લીધા પછી પણ સુવાસને મહેકતી રાખવાની છે. જયાબેનને મારી યાદ.

ली. સ્મિતાના સ્નેહસ્મરણ

2

આદરણીય કલમબંધુ શ્રી જાદવજીભાઈ,
મજામાં હશો.

આપનો પત્ર વાંચી ખૂબ આનંદ થયો છે. તમારો 'જીવનમાં હળવાશ અનુભવો' લેખ સુંદર છે. હળવાશ અનુભવવાની વાત નવી નથી, પરંતુ જેમ નિયમિત પ્રાર્થના, દર્શન, વાંચન કરીએ છીએ તેવી રીતે નિયમિત સ્મરણ કરવા જેવી છે જેથી આ વાત મનમાંથી સરકી ના જાય. રાગ, દ્વેષ અને અહમથી મુક્ત રહીએ પછી ભાર જ શેનો.

જો આપણને કોઈની સાથે મનદુઃખ થાય એનો ભાર રહેતો હોય છે. શરૂઆતમાં તો ફરિયાદો જ ફરિયાદો મનમાં કચરાના ઢગલાની જેમ જમા થવા માંડે. ખાલી હાથે બગીચામાં ચાલતા હોઈએ અને કોઈ પાંચ કિલો વજનની વસ્તુઓ ભરેલી થેલી પકડાવી દે તો એ થેલી લઈને કેટલું ચલાય ? મનનું પણ એવું જ છે. ભારે મન લઈને કેવી રીતે જિવાય. ધીમે ધીમે કચરાનો ભાર હલકો થતો જાય ત્યારે વિચાર આવે કે કંઈ મોટી વાત નહોતી. જરાક અમથી વાતમાં અબોલા થઈ ગયા. પછી રહી જાય અહમ. પહેલું કોણ બોલે ? પણ એકવાર અહમને ખસેડીને સોરી કહી જુઓ, મન પતંગીયાની જેમ ઉડવા માંડશે, સાચીવાત છે. હઠાગ્રહ છોડવાથી હકારાત્મક અભિગમ કેળવાય છે. Learn to 'Let Go…' Because… you can not have the Next Breath… Until you let go the existing one…

જતું કરવાનું શીખવું પડશે. જ્યાં સુધી વર્તમાન શ્વાસને જવા નહિ દઈએ ત્યાં સુધી બીજો શ્વાસ કેવી રીતે લેવાશે ? કેવી સુંદર કલ્પના છે. યાદ છે ? નાનપણમાં કહેવામાં આવતું કે યાદ રાખતા શીખો. મોટા થયા પછી જ્ઞાનીઓ કહે છે ભૂલતા શીખો. મતલબ જ્ઞાન અને કોઈએ આપણા પર કરેલો ઉપકાર યાદ રાખીએ અને રાગ-દ્વેષથી ભરેલા પ્રસંગો અને વાતો ભૂલી જઇએ. ચાલો ત્યારે અત્યારથી જ ભૂલવાનું શરૂ કરીએ અને સ્નેહી-સ્વજનો સાથે પ્રેમભાવ રાખી જીવનને હળવું ફૂલ બનાવીએ. જયાબેનને મારી યાદ.

સ્મિતાના સ્નેહસ્મરણ

3

આદરણીય કલમબંધુ શ્રી જાદવજીભાઈ,
મજામાં હશો.

પત્રની શરૂઆત લાઓ ત્ઝુના સુંદર વિચારથી થઈ છે. એટલું જ નહિ પણ તેનું Clarification પણ ખૂબ સુંદર રીતે રજૂ થયું છે. આપની પત્રશ્રેણીની જબરદસ્ત લોકપ્રિયતાનું કારણ છે નાનકડો પત્ર ! એ ટેબલ પર અથવા ખાનામાં દિવસો સુધી રહી શકે છે. એમાં જીવતા-જાગતા વ્યક્તિઓના અનુભવોનું સુંદર અને સંક્ષિપ્ત ચિત્રણ હોય છે. ઊંડે ઊંડે દરેક વ્યક્તિ થોડી ડરપોક હોય છે અને સાચો અનુભવ વાંચે એટલે એના પર ચોટદ્દક અસર થાય છે. ઓહ આ કરી શકે તો હું કેમ નહિં ? આ રીતે પત્રોની સુવાસ ફેલાતી જાય છે. કારણ કે પ્રશ્ન કેવળ એક ડગલું આગળ મુકવાનો હોય છે. એટલી હિંમત જો આપણે કરીએ એટલે આગળને આગળ દીશા મળતી જાય છે અને કહેવાય છે ને "હિંમત મર્દા તો મદદે ખુદા." એ રીતે દરેકની સફળતાના આનંદમાં આપણે સહભાગી થઇ શકીએ તેવા પ્રસંગે વધતા જાય છે. અને આ રીતે આપના પત્રોનું મૂલ્ય કોઈપણ એક સુંદર પુસ્તક કરતાં અનેકગણું વધી જાય છે. એક પત્ર વાંચતા કેટલી વાર થાય ? વળી જેને પ્રતિભાવ આપવાની ઈચ્છા હોય તો તે ના લખે ત્યાં સુધી પત્ર હાથવગો પણ રાખશે અને વાંચશે પણ ખરો. એટલે પત્ર-શ્રેણી સતત ચાલતી રહે તેવી આશા રાખું છું. આ પત્રમાં તમે એક અલગ જ વિષય "વીલ એટલે કે વસીયતનામું" પર માહિતીસભર વિગતો મોકલી છે. વસીયતનામુ એક કાયદાકીય બાબત છે. આયોજનપૂર્વક જીવનાર

વ્યક્તિએ પોતાની હયાતી પછી પણ વીલનું આયોજન કર્યું હોય તો વારસદારોને પોતાનો હક પ્રાપ્ત કરવામાં સરળતા પડે એ તમારી વાત પણ એટલી જ સાચી છે. વસીયત કરોડોની પણ હોઈ શકે છે અને નાના માણસની પણ હોઈ શકે છે. જેની પૂંજીમાં ફક્ત રહેવાનું મકાન જ હોય એને સૌથી વધારે ડખા થાય છે. એક મકાન અને એક કરતા વધારે વારસદારો હોય એટલે થતા હોય છે. આપણે ઘણીવાર સાંભળીએ છીએ કે બે વારસદારોમાં જે સુખી હશે એ પણ દાવો કરશે કે આમાં મારો હક છે એ હું શું કામ જવા દઉં ? એમાં બીજાને બચારાને વખા હોય. મા-બાપની આર્થિક સંપત્તિ જેટલી જ મહત્ત્વની આધ્યાત્મિક સંપત્તિ છે. બાળક નાનું હોય તેનું સમગ્ર વિશ્વ તેના માતા-પિતા હોય છે. મહાન વિભૂતિઓના જીવન-ચરિત્ર વાંચીએ ત્યારે તેમના નાનપણના સ્મરણોમાં તેઓ તેમના માતા-પિતા પાસેથી શું શીખ્યા તેનું સુંદર વર્ણન હોય છે. ગાંધીજી, કલામ, અબ્રાહમ લીંકન વગેરેના જીવન-ચરિત્રોમાં નાનપણમાં તેમના પર પડેલી તેમના માતા-પિતાની છાપ એવી વણાયેલી હોય છે કે આપોઆપ વંદન થઈ જાય. સૌથી પહેલો ગુણ અરસ-પરસ પ્રેમભાવ રાખવાનો છે. બીજો ગુણ સ્વ-નિર્ભરતાનો હોવો જોઈએ. દરેક જણમાં પોતાની જવાબદારી પોતે ઉઠાવી શકે તેટલી યોગ્યતા તો હોવી જ જોઈએ. "બાપાએ કોના માટે ભેગુ કર્યું છે?" એવી માનસિકતા શરમજનક છે. દરેક જણને માતા-પિતા માટે આદર હોવો જોઈએ. વસિયતનામું વસિયત કરનારની ઇચ્છા પ્રમાણેનું હોવું જોઈએ તે વાત સાચી, પણ એમાં વસિયતનામું કરનારની તટસ્થતા પણ એટલી જ જરૂરી છે. વડિલો જ સાચા હોય એવું હંમેશાં હોતું નથી. આ મારા પૈસા છે, હું ફાવે તેમ કરીશ એવા વિચારોવાળા આ જગતમાં ઓછા નથી. કહેવાનો મતલબ એટલો જ કે ક્ષણિક આવેગમાં મનસ્વી ના બનતાં. દરેક વારસદારોનો તટસ્થ વિચાર કરવો જોઈએ, નહિંતર વસિયતને પડકારતા કેસો કોર્ટમાં ઓછા નથી. વસિયતનામાની અગત્યતા માતા-પિતા કરતા નિઃસંતાન વડિલો માટે ખૂબ મહત્ત્વની છે. પોતાને સંતાન ના હોય, કુટુંબના સંતાનોને જ્યારે મિલકત આપવાની હોય ત્યારે તેમનું વસિયતનામું બકાયદા હોવું જ જોઈએ તેવો આગ્રહ રાખી શકાય.

આ સંદર્ભમાં મને અમેરિકાની પ્રણાલી બહુ ગમે છે. ત્યાં સંતાનમાં દીકરો હોય કે દીકરી... 18 વર્ષના થાય એટલે ઘરની બહાર નીકળી જાય. પહેલા તો જોકે ભણવા જાય, પછી ભણીને કમાવા માંડે એટલે પોતાના નાનકડા ઘરથી જીવનની શરૂઆત કરે. માતા-પિતાનું ઘર કે સંપત્તિ તેમને જોઈતા જ નથી હોતા. પોતાના જ વિચારો અને પોતાની જ મહત્ત્વકાંક્ષા તેમનામાં હોય છે. આ માનસિક સ્વતંત્રતા મને સૌથી શ્રેષ્ઠ લાગે છે.આટલી લાંબી વસિયતનામાની વાત કરીને મને પણ એક વસિયતનામું કરવાનું મન થાય છે. મારા ભાવ જગતનું વસિયતનામું. વહેંચણીનું કામ મારે નથી કરવું. મારા બે સંતાનોને જ સોંપવું છે.

(1) મેં બાંધેલી પ્રેમની પરબ ઉપર મારી જગ્યા કોણ લેશે ?

(2) મેં મારા અસ્તીત્વમાંથી વાવેલું અને જતનપૂર્વક સીંચેલુ વટવૃક્ષ કે જે પણ ત્યાં આવે તેને પરમ શીતળતાનો અનુભવ થાય, એને લીલુંછમ કોણ રાખશે ?

(3) આંગણે આવેલા અતિથિને પ્રેમ ભર્યો આવકાર કોણ આપશે /

(4) કોઈની વાત શાંતિથી સાંભળીને તેના પર સંદેહ કર્યા વગર તેને યોગ્ય મદદ (સમય-પૈસા-સહાનુભૂતિ) કોણ કરશે ?

(5) માણસોને (Staff/employees) માન આપીને બોલાવવા અને તેમની પાસેથી શાંતિથી કામ લેવાનું વલણ કોણ અપનાવશે ?

(6) અઠવાડિયું પતે એટલે એક-બે દિવસમાં તમામ સ્વજનો, વડિલો, સ્નેહીજનો, કુટુંબીજનો અને મિત્રોને ફોન કરીને તેમના ખબર-અંતર પૂછી લેવાની વિકસાવેલી સ્નેહ-વેલને કોણ આગળ વધારશે ?

(7) આ ક્યાં મારું કામ છે ? એવું વિચાર્યા વગર હું શું કરી શકું ? તેવી વિચારસરણી (હાલમાં મારી) કોણ અપનાવશે ?

મને સંપૂર્ણ વિશ્વાસ છે મારા સંતાનો વહેંચણી નહિ કરે, ભાગીદારી કરશે. એ સંતાનો જીવશે ત્યાં સુધી મા મરશે ?

જયાબેનની મારી યાદ
લી. સ્મિતાનું સ્નેહસ્મરણ

આદરણીય કલમબંધુ શ્રી જાદવજીભાઈ,
મજામાં હશો.

આપનો પત્ર મને મળ્યો છે. પત્રની શરૂઆત તમે "મિત્ર એટલે કોણ ?" પ્રશ્નથી કરી છે અને જવાબ પણ તમે જ આપી દીધો છે. "ઈશ્વર જેમને લોહીના સંબંધથી જોડવાનું ભૂલી ગયો હોય તેમને મિત્રરૂપે જોડે છે." કેટલું સુંદર વાક્ય છે. આપના પત્રથી કોઈ મિત્રને સંજીવનીનો સ્પર્શ થાય છે તો તે પત્રનું મૂલ્ય મારે મન પારસમણિથી ઓછું નથી. જેમ પારસમણીના સ્પર્શથી લોઢું પણ સુવર્ણ બની જાય છે તેવી રીતે આપના પત્રોમાંથી વહેતી પ્રેરણાની સરવાણીથી કોઈનું મુરઝાયેલા છોડરૂપી જીવન ફરીથી લીલુંછમ બની મહેંકી ઊઠે એનાથી ઉત્તમ બીજું કશું હોઈ શકે નહીં.

આ પત્રનું સમાપન આપે હૃદયનાથ ઠાકોરના 'ભગવાન ક્યાં છે ?' નામના લેખથી કર્યું છે. મારી માંદગી દરમિયાન મેં મારી સ્મરણપોથીમાં 'મારો ઈશ્વર' વિશે લખ્યું છે, જે તમને લખીને મોકલું છું. આશા રાખુ છું કે તમને ગમશે.

મારો ઈશ્વર, મને ભગવાનના દર્શન કરવા ખૂબ ગમે છે. હું જ્યારે પણ દેરાસરમાં જાઉં છું ત્યારે ભગવાન સમક્ષ બે હાથ જોડીને તેની સામે ટગર ટગર જોયા કરું છું. ધર્મના ગહન રહસ્યોનું મને ઊંડું જ્ઞાન નથી પણ થોડીઘણી જાણકારી છે, જેવી રીતે અમુક વ્રત સાથે જોડાયેલી

પૌરાણિક કથાઓ, ભક્તિના પ્રકાર, ધાર્મિક ક્રિયાઓ કે જે આપણે કરવી જ જોઈએ, તો જ સાચી ભક્તિ કહેવાય, તે કશું મને સ્પર્શતું નથી. તો પછી ભગવાન સમક્ષ થોડી ક્ષણો ઉભા રહેવાનું વળગણ મને શા માટે છે ? હું વિશેષ એક સ્થળની વાત નથી કરતી પણ જ્યારે જ્યારે ભલે ને તે સ્થળ જૂદા જૂદા હોય પણ તેની સમક્ષ ઉભી રહું ત્યારે તેની આંખો મને સરખી જ લાગે છે. તેની કરુણામયી આંખોમાંથી પ્રેમનો ધોધ વરસતો હોય અને એમાં હું નહાતી હોઉં એવું જ મને હંમેશા લાગ્યું છે. એ ક્ષણોને હું મનમાં ભરી લઉં છું અને પ્રાર્થના કરું છું કે તું દરેક ક્ષણમાં અને મનના દરેક ભાવમાં તું મારામાં જ છું તેવી અનુભૂતિ મને થયા કરે. અત્ર-તત્ર-સર્વત્ર તું જ છું તેમ હું દૃઢપણે માનું છું. આમ તો હું સાવ સામાન્ય કક્ષાની ગણાઉ પણ મને ગુસ્સો પણ આવે છે અને કંટાળો પણ આવે છે અને કોઈના પર પ્રેમ પણ બહુ આવે છે. જ્યારે મનને આઘાત પહોંચે છે ત્યારે એની કરુણામયી આંખો જ દેખાય છે. ભગવાન શેનું પ્રતીક છે ? મારા માહ્યલાનું. મને સતત શેની પ્રેરણા આપે છે ? શાંત અને સૌમ્ય રહેવાની. જ્યારે હું અકળાયેલી હોઉં છું ત્યારે મને ખૂબ એકલવાયું લાગે છે. અકળામણનો ફુગ્ગો ફૂલતો જાય છે, સાથે સાથે શ્વાસ પણ ધમણની જેમ ચાલતો હોય છે પણ ક્યાં સુધી ? ફૂટવાનો તો છે જ ! એ ફૂટી જાય એટલે પાછી હું હળવી ફૂલ. પાછો તરત મને મારો ભગવાન યાદ આવે. હું અકળાયેલી હોઉં ત્યારે શી ખબર ક્યાં જતો રહે છે ? મને લાગે છે એ પણ બહાર ફરવા જતો રહે છે. પાછી હું શાંત પડું એટલે તરત પાછો મારા મનમાં આવીને બેસી જાય. એને ખબર જ હોય છે ક્યારે પાછા ફરવું ? મને એના વગર નથી ચાલતું, એને મારા વગર. બોલો, છે ને અનન્ય મૈત્રી ! જયાબેનને મારી યાદ.

લી.
સ્મિતાના સ્નેહસ્મરણ

5

આદરણીય કલમબંધી શ્રી જાદવજીભાઈ,
મજામાં હશો.

પત્રમિત્રોનું વર્તુળ હવે 280ને આંબી ગયું છે તે ખરેખર નોંધપાત્ર સિદ્ધિ છે. તમારા દરેક મિત્રોના પ્રતિભાવો સુંદર શબ્દોમાં રજુ થયા છે. તમારો પહેલો સંદેશ 'ચાલ થોડું વહાલ વહાવી જોઈએ' સુંદર રીતે અભિવ્યક્ત થયો છે. સાથેની પંક્તિઓ પણ સુંદર છે.
Never ignore a person, who loves you.

સાચે જ અત્યારના સમયમાં લોકો એટલી દોડાદોડ કરતા હોય છે કે કશું જ કરવાનો તેમની પાસે સમય નથી હોતો. પોતાના સંતાનોને મોંઘામાં મોંઘી વસ્તુઓ (વીડિયો ગેમ્સ, એન્ડ્રોઈડ ફોન્સ) અપાવી દે છે અને પાંગળો બચાવ કરે છે કે અમે બાળકોને ક્વોલીટી ટાઈમ આપીએ છીએ. ક્વોલીટી ટાઈમની વ્યાખ્યા એમને કોણ આપે ? આ ટાઈમમાં એમના પોતાના મા-બાપ યાદ આવે છે ? એ તો બિચારા ક્યાંય ધક્કે ચડી જાય છે. દિવસની માત્ર થોડી ક્ષણોની હૂંફ માટે તરસી જતા મા-બાપ જ્યારે વિદાય લે ત્યારે અચાનક આંખ ઉઘડે છે કે આ શું થઈ ગયું ? આપણે તો તેમની સાથે બેઠા પણ નહિં. આંધળી દોડમાં ખરેખર તો ટાઈમ મેનેજમેન્ટનો અભાવ હોય છે. રુટિનમાંથી થોડો સમય પોતાના બાળકો અને વડિલો માટે કાઢે તે વ્યક્તિ મુઠ્ઠી ઉંચેરો છે. માબાપને તો તેમને સમય આપી તેમની વહાલપૂર્વક સંભાળ લેવાની જરૂર છે. માબાપને એનાથી વધારે કશું જોઈતું નથી.

તમારો બીજો મેઈલ છે 'એક બીજી સ્ત્રી' એ મેઈલ તો મને ખૂબ ગમે છે. મેં કેટલીય વાર વાંચ્યો છે. આ મેઈલમાં માનું સ્થાન ભગવાનની હરોળમાં આવી જાય છે. તેની ગરિમાની કોઈ સીમા નથી. જો કે આ વાત અમેરિકન સમાજનું પ્રતિબિંબ છે છતાંય મા તો મા જ છે. મા 19 વર્ષથી એકલી છે. પણ તેનામાં ફરિયાદનો કોઈ સૂર નથી. તેણે ક્યારે પોતે એકલી છે અને પુત્રની ફરજ છે, તેને મળવા આવવું જોઇએ એવો દાવો નથી કર્યો. પુત્રવધુએ મા નો વિચાર કરીને અલપઝલપ મળતા પુત્ર માટે જમવાનું ટેબલ અને સિનેમાનું ટેબલ બુક કરાવે છે. પુત્ર મા ને લેવા જાય છે, એ ક્ષણ પણ હૃદયસ્પર્શી છે. મા ગાડીમાં બેસે છે ત્યારે કહે છે કે તેણે તેના મિત્રોને તેણે વાત કરી હતી તો બધા ખુશ હતા અને તેના દીકરાને મળવા માંગતા હતા પણ તેમણે રાહ જોઈ નહિં. હોટલમાં મેનુ વાંચી ના શકતી મા માટે પુત્ર મોટેથી વાંચે છે ત્યારે મા હસીને કહે છે 'તુ નાનો હતો ત્યારે તારા માટે હું મોટેથી વાંચતી હતી.' અને પછી એટલી વાતો કરે છે કે સિનેમાનો સમય પણ રહેતો નથી. બંને જણા ખુશ થઈને ફરી મળવાનો વાયદો કરીને છૂટા પડે છે. આ તો મેઈલ છે એટલે મા ને તો બીજી મુલાકાત પહેલા જ વિદાય લેતી બતાવી છે છતાં પણ એક જ મુલાકાતમાં દીકરાના મા પ્રત્યેના ભૂલાઈ ગયેલા જોડાણનું (Connection) પુનરાવર્તન બતાવીને મા ના અસ્તીત્વની અમીટ છાપ દીકરા પર પડી ગઈ છે. હવે મા ની હાજરી કે ગેરહાજરીથી કોઈ ફરક પડતો નથી. ખૂબ સુંદર મેઈલ પસંદ કર્યો છે. Thanks for sharing. જયાબેનને મારી યાદ.

 લી.
સ્મિતાના સ્નેહસ્મરણ

6

આદરણીય કલમબંધી શ્રી જાદવજીભાઈ,
મજામાં હશો.

આપનો પત્ર મળ્યો છે. પ્રતિભાવોથી ભરપુર અને 'ભગવાન સાથે ભોજન' નામના નાનકડા લેખની સુંદર છણાવટ કરતો ભાવવાહી પત્રનો પ્રતિભાવ આપતા મોડું થયું છે. આપના મિત્રોના પ્રતિભાવો વધતા જાય છે. તેમાંથી પણ ઘણું જાણવા મળે છે. ઘણા બધા વ્યક્તિઓના વિચારો અને વાંચન થકી તેમના અનુભવોનું ઉડાણ મનને સમૃદ્ધ કરે છે.

'ભગવાન સાથે ભોજન'માં નાનકડો બાળક અને વૃદ્ધ સ્ત્રીના અદભૂત મિલનની વાત છે. એક બાળક ભગવાન સાથે ભોજન કરવા ઈચ્છે છે. ઘેરથી કેકના થોડા ટુકડાનું બોક્સ થેલીમાં લઈને જાય છે. મા ને કહે છે, ભગવાન સાથે ભોજન લેવા જાઉં છું. ઘણે દૂર જાય છે પછી એક બગીચો આવે છે. બગીચાનું વાતાવરણ જોઈને ખુશ થઈ જાય છે, ત્યાં એક બેંચ પર બેસે છે ત્યારે એનું ધ્યાન એક ભૂખ્યાં વૃદ્ધ માજી તરફ જાય છે. એમને એ બાળક એક કેકનો ટુકડો આપે છે. વૃદ્ધાનું મોં હસી ઉઠે છે. બંને જણા એકબીજા સાથે હસતાં હસતાં કેક પુરી કરે છે અને ઘણો સમય પસાર કરે છે. વાત નથી કરતાં, સાંજ પડે છે એટલે બાળકને ઘર યાદ આવે છે. એ ઉભો થાય છે અને થોડા ડગલા ચાલે છે પછી અચાનક પાછો ફરી એ વૃદ્ધાને વળગી પડે છે. વૃદ્ધા ખુશીની મારી બાળકને ચુંબનોથી નવડાવી દે છે. બંને જણા ઘેર જાય છે. બાળકની

મા પૂછે છે કે આટલો બધો ખુશ કેમ છું ? બાળક જવાબ આપે છે આજે મેં ભગવાન સાથે ભોજન લીધું. પેલી બાજુ વૃદ્ધાને આટલી બધી ખુશ જોઈ એનો દીકરો પૂછે છે 'શું વાત છે ?' મા જવાબ આપે છે 'આજે મેં ભગવાન સાથે ભોજન લીધું પણ મને ખબર નહોતી કે ભગવાન આટલા નાનકડા છે.'

દરેક આત્મામાં પરમાત્માનો વાસ છે જ પણ આપણે ઓળખી નથી શકતા. વર્ષો પહેલા દૂરદર્શન પર વિશ્વની જુદી જુદી ભાષાઓના મહાન લેખકોની વાર્તાઓની સિરીયલ આવતી હતી. મને ખૂબ ગમતી, ઘણી વાર્તાઓ મને યાદ છે. એમાંની એક વાર્તા આપણી આજની વાર્તાને અનુરૂપ છે એટલે મને શેર કરવાનું મન થાય છે. લિયો ટોલસ્ટોયની લખેલી વાર્તા હતી. આ વાર્તામાં એક મોચીની વાત છે. મોચી સવારથી જ ભગવાનની રાહ જોતો હતો. એણે મિઠાઈ બનાવી રાખી હતી અને ચા પણ મુકી રાખી હતી. અચાનક વરસાદ શરૂ થાય છે તો એને એમ પણ થાય છે કે ભગવાન આવશે તો ભીંજાઈ નહિં જાય ? એવામાં ગામનો કાળુભંગી પલળતો પલળતો આવે છે. એને ઘરમાં બોલાવે છે. ચા પીવડાવે છે અને મિઠાઈ ખવડાવે છે. કાળુ પૂછે છે કે, "તમે કોઈની રાહ જુઓ છો ?" ત્યારે કહે છે "હા, હું ભગવાનની રાહ જોઉં છું." કાળુને લાગે છે કે મશ્કરી કરે છે, ત્યારે એ કહે છે કે, "ના હું સાચું કહું છું. મને રાત્રે એક અવાજ આવ્યો હતો કે, આવતીકાલે હું તારા ઘેર આવીશ. મારા સિવાય તો બીજું કોઈ હતું નહિં એટલે ભગવાન જ હોય ને." કાળુ ચા અને મિઠાઈ માટે આભાર માનીને જતો રહે છે. થોડીવાર પછી એક સ્ત્રી એના બાળકને તેડીને ધોધમાર વરસાદમાં પસાર થાય છે. બાળક જોર જોરથી રડતું હોય છે. રડવાનો અવાજ સાંભળીને એ બહાર જાય છે અને પેલી સ્ત્રીને ઘરમાં લે છે. એને ખાવાનું આપે છે, ચા આપે છે અને પોતાની પાસે એક ધાબળો હોય છે એ આપે છે. પેલી સ્ત્રી એનો આભાર માને છે. બિચારી બહુ જ ગરીબ છે અને પતિને શોધવા આવી છે. અહીં ખબર પડે છે કે પતિ તો અકસ્માતમાં ગુજરી ગયો છે અને બાળકને લઈને આશ્રમમાં જતી હોય છે ત્યારે એને થાય છે, એનું બાળક પણ બચશે નહિં પણ આ ભાઈની મદદથી હવે બાળકને વાંધો નહિં આવે. એમ આભાર માનીને જાય છે. આમને આમ સાંજ પડી

જાય છે. ઘરની બહાર થોડો કોલાહલ સાંભળીને બહાર આવે છે તો એક કેળાવાળી બાઈ એક બાળકને મારતી હોય છે. એણે એક કેળુ ચોર્યું હોય છે ત્યારે એ બાઈને સમજાવે છે કે, બાળક ભૂખ્યો છે એટલે ચોરી કરી છે. લે તને હું પૈસા આપી દઉં છું, પણ તું બાળકને એક કેળુ આપ. બાળકને કહે છે એની માફી માંગ. બાઈનું હૃદય પરિવર્તન થાય છે અને બાળકને બે કેળા આપે છે. આમ કરતાં રાત પડી જાય છે. જ્યારે રાત્રે એ સૂઈ જાય છે અને વિચારે છે ભગવાન કેમ નહિ આવ્યા હોય ત્યારે ફરીથી અવાજ આવે છે કે આજે તારા ઘેર હું ત્રણવાર આવ્યો હતો અને ત્રણે વાર તારા પર પ્રસન્ન થયો છું. જે માણસ બીજા પ્રત્યે પરોપકાર દાખવે તે માણસ ભગવાનને અત્યંત પ્રિય છે.

આપણે પણ જીવ માત્ર પ્રત્યે દયાભાવ, પ્રેમભાવ, કરુણાભાવ રાખીશું તો ભગવાન આપણા પર પ્રસન્ન રહેશે જ એમાં કોઈ શંકા નથી. "ઊંડા અંધારેથી પ્રભુ પરમ તેજે તું લઈ જા..." જયાબેનને મારી યાદ.

સ્મિતાના સ્નેહસ્મરણ

7

આદરણીય કલમબંધુ શ્રી જાદવજીભાઈ
મજામાં હશો.

આપનો પત્ર મળ્યો છે. હમણાં વોટ્સએપ ચાલુ થયું છે તો એના પર તો સારા સારા વિચારોના લખાણની આપલે થઈ જ જાય છે. ગયા મહિને શ્રી ઉમાસ્વાતી રચિત 'તત્ત્વાર્થાધિગમ' શિબિર ભરી હતી. મને તત્ત્વજ્ઞાનમાં પણ રસ પડે છે એટલે ધણાં ઉત્સાહથી ભરી હતી. ધણું જાણવા મળે છે પણ ધણું બધું અધરું પણ લાગે છે. અધરુ અર્થાત મનમાં ઉતારી શકાતું નથી. દા.ત. વર્ષોની અને કાળની ગણતરી - સાગરોપમ - પલ્યોપમ - જધન્ય - ઉત્કૃષ્ટ - પૃથ્વી ગોળ નથી - ભૂગોળ વગેરે. આ બધું સમજવું અથવા તો મન મનાવવું સહેલું નથી. આંકડા અને ભૂગોળ જવા દઈએ તો પણ આત્મા, કર્મબંધન વગેરેમાં ઊંડા ઉતરવાની ઈચ્છા જાગે છે તો વળી તરત જ ઈલેક્ટ્રીસીટી, ગેસ, વાહન વગેરેને હિંસાના પર્યાયો માની શકાતા નથી. મન પાછું પડી જાય છે. વર્તમાન સમય અને સંજોગોને સ્વીકાર કરવો અને બને એટલા મૃદુભાવથી જીવવું એમાં જ સાર્થકતા લાગે છે. તમને જેટલી શાંતિ વિપશ્યના ધ્યાનની શિબિરમાં મળે છે એટલી શાંતિ મને તત્ત્વાર્થાધિગમની શિબિરમાં મળી નહિં. થોડું guilt, થોડી અસમંજસ સાથે સાથે મારા આત્માની કક્ષા પણ નીચી હશે એવું મને લાગે છે, છતાં પણ તેમાંથી આજના સમય પ્રમાણે સાર કાઢવાનો પ્રયત્ન કર્યો છે. થોડું લખ્યું છે અને થોડા પુસ્તકોનો સંદર્ભ લઈને નવરાશના સમયમાં ટૂંકસાર લખવાની ઈચ્છ તો છે. ઈશ્વરેચ્છ બલિયસી.

આ પત્રનો વિષય તમે ખૂબ સુંદર પસંદ કર્યો છે. વહેતા જીવન સાથે ઉંમર પણ વધતી જાય છે. આજે આપણે પણ મોટા થઈ ગયા છીએ. એક રમૂજી વાત કરવાનું મન થાય છે. પહેલાનો એક જમાનો હતો જ્યારે આપણે પરણ્યા હતા. ત્યારે આપણા માબાપ હોય કે સાસુ-સસરા આપણને વૃદ્ધ લાગતા હતા. વૃદ્ધ તો ના કહેવાય પણ આ લોકો વડિલ છે. હવે તેમણે ભગવાનનું નામ લેવું જોઈએ અને કોઈવાર કોઈ ઈચ્છ પ્રગટ કરે તો નાનડિયાઓને થાય કે ઘરડે ઘડપણ નખરા સૂઝે છે. બિચારા વડિલો મન મારીને બેસી રહેતા. પરિણામે ચીડિયા અને અપ્રિય થઈ જતા.

હવે જમાનો બદલાયો છે. મુક્ત સમાજ અને મુક્ત વાતાવરણમાં પણ વડિલ બનવું એક કલા છે. અત્યારે વડિલોએ પોતાના શોખ મારવાની જરૂર નથી પણ નિવૃત્ત થતા આવડવું જોઈએ. સમય જ્યારે પાકી જાય ત્યારે સ્થાન કે મોભો છોડી દેતા આવડવું જોઈએ પણ એને છોડવામાં દીનતા માને તો એના જેવું દયાપાત્ર કોણ ? કબજો રાખવાની સાથે સાથે એ પણ ખ્યાલ રાખવો જોઈએ કે સંપૂર્ણતાએ પહોંચ્યા પછી જ કબજાનો ત્યાગ કરવાનો છે. એમાં જો ઢીલા પડીએ તો એકલવાયાપણું, ભય, મૃત્યુના વિચારો ઘેરી વળે છે.

આજે જ્યારે આપણે મોટા થયા છીએ ત્યારે આપણા પોતાના અનુભવો, વડિલોની શીખામણો, મિત્રોની સદભાવનાઓથી જીવન ભર્યું ભર્યું છે. વડિલોએ વિદાય લઈ લીધી છે. આપણે પોતે જ વડિલના સ્થાને આવી ગયા છીએ. ત્યારે સૌથી અગત્યની વાત ક્ષમાભાવ કેળવવાની અને સાક્ષીભાવે જીવન પસાર કરવાની છે. કુટુંબીઓ પ્રત્યે પ્રેમભાવ રાખવાથી નિકટતા વધે છે. નાનાઓના દિલ સહેલાઈથી જીતી શકાય છે. સાક્ષીભાવ રાખવાથી મન હળવું રહે છે. સાક્ષીભાવનું સુંદર ઉદાહરણ મને યાદ આવે છે. એક કુટુંબમાં સૌ પ્રથમ ઘરના વડિલ જમવા બેઠા. એમણે શરૂ કર્યું અને પહેલા કોળિયામાં જ ખ્યાલ આવ્યો કે દાળમાં મીઠું નથી. એક અક્ષર બોલ્યા વગર યુપચાપ જમીને પોતાના ઓરડામાં ચાલી ગયા. પછી પુરુષવર્ગ જમવા બેઠો, એમને પણ ખ્યાલ

તો આવ્યો પણ વિચાર્યું કે પિતાજી કંઈ જ બોલ્યા નહિં એટલે એ લોકો પણ કંઈ જ બોલ્યા વગર ચૂપચાપ જમીને ઓફિસે ચાલ્યા ગયા. એ જ રીતે બાળકો પણ જમીને શાળાએ ચાલ્યા ગયા. છેલ્લે સ્ત્રીવર્ગ જમવા બેઠો ત્યારે તેમને નવાઈ લાગી કે કેમ કોઈ બોલ્યું નહિં હોય ? એ લોકો સાંજે તેમના પતિઓને પૂછ્યું તો જવાબ મળ્યો જ્યારે પિતાજીએ શાંતિથી ફરિયાદ કર્યા વગર જમી લીધું તો અમારે બોલવાનું કયાં રહ્યું ? આ પિતા કોને ના વહાલા લાગે ? પછી એકલવાયુ લાગવાનો પ્રશ્ન જ ઉભો ના થાય.

એકલવાયું અને એકાંત શબ્દમાં ફેર છે. એકલવાયાપણું મનનો દરિદ્ર ભાવ છે. એકલા આવ્યા છીએ અને એકલા જવાનું છે પછી એકલવાયું કોનાથી ? એકાંત (Space) થોડું ઘરનાને આપવાથી અને થોડું આપણી માટે રાખવાથી જીવન ખીલી ઉઠે છે. આપણા એકાંતના સમયમાં આપણી પોતાની સાથે વાત કરી શકાય છે. એમ કરવાથી ઘણા બધા પ્રશ્નોના જવાબો તો આપોઆપ મળી જાય છે અને અપાર શાંતિ મળે છે. યુવાનીમાં ચૂકાઈ ગયેલા શોખો અત્યારે કેળવી શકાય છે. દા.ત. સંગીત, ચિત્ર, લેખન, વાંચન, સાવ સાદી ભાષામાં કહું ને તો જવાબદારીમાંથી નિવૃત્તિ લેવાની છે પ્રવૃત્તિમાંથી નહિં. કોઈને કોઈ પ્રવૃત્તિ કરતા રહીએ પછી શુ ? શું એકલવાયાપણું ?

જયાબેનને મારી યાદ
લી.
સ્મિતાના સ્નેહસ્મરણ

8

આદરણીય કલમબંધુ શ્રી જાદવજીભાઈ,

આપનાં 25માં રજત જયંતિ ઉજવતા આનંદના પ્રસંગે આપના મિત્ર તથા પત્ની જયાબેનના ભાઈના અવસાનના પણ સમાચાર વાંચીને ખેદ અનુભવું છું. આપનો રજતજયંતિ પત્ર મેળવીને આપને અભિનંદન પાઠવું છું. જેણે આ જ અનુભવ થોડા વર્ષો પહેલા અનુભવ્યો હોય એ બીજું તો શું લખી શકે ? સૌથી પહેલા નાનો ભાઈ, એક વર્ષ પછી પતિ અને છેલ્લે બીજા નંબરનો ભાઈ એમ ત્રણેય જણ દસ વર્ષના ગાળામાં ચાલ્યા ગયા છે. સ્વજનનું મૃત્યુ એ જીવનમાં ઘટતી અનિવાર્ય ઘટના છે. જે જન્મે છે તેનું મૃત્યુ નિશ્ચિત છે, પરંતુ અકાળ અવસાનનો ઘા મનમાં ઊંડો ઉતરી જાય છે. જેની સાથે હજી તો મસ્તી-મજાક ચાલે છે, રીસામણા-મનામણા ચાલે છે. હજી તે આપણે ગમે તેટલા ટંટા કરીએ પણ એક બીજા વગર ચાલવાનું નથી. ભાઈ હોય કે પતિ, એવી પરિપક્વતા બેમાંથી એકેય પક્ષે આવી નથી અને એની અણધારી વિદાય થઈ જાય ત્યારે હૃદયનો એક ખૂણો ખાલી થઈ જાય છે. દિવસો શું વર્ષો પસાર થઈ જાય છે. અચાનક એમનું સ્મરણ થાય ત્યારે એમ થઈ જાય છે કે હજી મારી સાથે હોત તો અમે કેવી મજા માણતા હોત ? પણ જાદવભાઈ, આ તો કુદરતો ક્રમ છે, જગત નિયંતાનું આવા-ગમન ચક્ર છે. પ્રભુ સદગતના આત્માને શાંતિ આપે અને આપને અને જયાબેનને આઘાત સહન કરવાની શક્તિ આપે.

.... સ્મિતાના સ્નેહસ્મરણ

આદરણીય કલમબંધુ શ્રી જાદવજીભાઈ,
મજામાં હશો.

આપના પત્રમાં વૈવિધ્યસભર પ્રતિભાવો તો ખરા જ પણ એની સાથે સુંદર વિષય છે "જીવનમાં ત્રણ 'સ'નો સાથ"... તમે લખો છો કે જીવનમાં સુખી થવાનો રાજમાર્ગ સરળતા, સહજતા અને સહનશીલતા રાખીને લેટ-ગો-જતુ કરો. વાત સાચી છે. જીવન છે તો પ્રશ્નો તો રહેવાના જ, પણ એ પ્રશ્નો કેવી રીતે ઉકેલવા તે બધાને આવડતું નથી. ફરિયાદ ભલે ના હોય પણ હૂંફ લાગણી વગેરેની ભૂખ તો રહેવાની. એમાં પાછી અપેક્ષા ઉમેરાય એટલે શું થાય ? પણ દરેક અનુભવમાંથી નવું શીખવાનું છે. એક મેસેજ છે.

Living is very simple
Loving is also simple
Laughing is too simple
Winning is also simple
Then what is difficult ?
Being simple is very difficult.

સાવ સાચી વાત છે ને ? સરળ થવું બહુ અઘરુ છે પણ ધીમે ધીમે શીખી શકાય છે. એક વાર લેટ-ગો કરતા આવડી જાય પછી જીવનમાં સરળતા આવી જાય છે અને સરળતા આવે એટલે સાહજિકતા અને સહનશીલતા તો આપોઆપ આવી જવાના. અમે નાના હતા ત્યારે

એક વડિલ એટલા શાંત અને સૌમ્ય હતા. એમનો જીવનમંત્ર ચાલશે, ફાવશે અને ભાવશે. ક્યારેય ફરિયાદ નહિં, જમવામાં વિશેષ પસંદગી નહિં, ઘરમાં નવી પેઢીની જે રીત કે પસંદગી હોય એમાં ચાલે, ફાવે અને ભાવે. ઘરમાં તો એમનું માન હતું જ પણ સમાજમાં પણ જ્યાં જાય ત્યાં બધા જ એમને આદર આપે. જેને કોઈ ફરિયાદ જ ના હોય એવો માણસ કોને ના ગમે ?

બીજો 'સ' સહજતાનો છે. કોઈના પ્રત્યે વધારે પડતો રાગ કે વધારે પડતો દ્વેષ ના રાખીએ, બસ સહજતાથી વહ્યા કરીએ એમાં પરમ સુખ છે. કોઈ કંઈ પૂછે તો ખબર હોય તો જવાબ આપીએ ત્યાં સુધી બરાબર છે પણ ખબરના હોય તો પણ એમ વિચારીએ કે સામેનાને કેવું લાગશે થશે કે આને આટલીય ખબર નથી ? અને ગપ્પા મારીએ એ બરાબર નથી માટે મને ખબર નથી એટલું જ કહીએ. એનાથી હળવાફૂલ રહેવાય. પેલાને સાચી વાત ખબર પડશે ત્યારે કેવું લાગશે ? એવી કોઈ ઝંઝટ જ નહિં. સ્વસ્થ અને શાંત જીવન માટે ત્રીજો 'સ' એટલે સહનશીલતા. એમાં પાછો પેલો મુખ્ય શબ્દ આવી જાય છે. લેટ-ગો કોઈપણ કંઈ કહે તો વાતને ગળે ઉતારી જવી એને સહનશીલતા કહીએ. ઘણા માણસો કોઈ એક વાક્ય કહે તો સામા ચાર વાક્યો સંભળાવી દેવામાં પાવરધા હોય છે. એમાં મળે શું ? સંબંધ બગડે, સંબંધ બગડે એટલે મનમાં ભાર ઉભો થાય. એના કરતાં કોઈને કઈ કહેવું નહિં અને કોઈ કહે તો કહીશું 'હશે ભાઈ તને જેમ લાગ્યું તેમ ખરું'. કોઈકે સૉક્રેટિસને પૂછેલું, "તમે હંમેશા આટલા હળવા કેવી રીતે રહી શકો છો ?" તેમણે જવાબ આપેલો, "વણમાગી સલાહ હું આપતો નથી અને કોઈ પૂછે ત્યારે તેને કહીને પછી તેણે તેનો અમલ કર્યો કે નહિં તેની તપાસ રાખતો નથી." આમાં ચોથો 'સ' જોડીએ તો કેવું ? સાક્ષીભાવ. જયાબેનને મારી યાદ.

લી.

સ્મિતાના સ્નેહસ્મરણ

10

આદરણીય કલમબંધુ શ્રી જાદવજીભાઈ,
મજામાં હશો.

આપનો પત્ર મળ્યો છે. આપના મિત્ર શ્રી રોહિતભાઈ શાહના તાજેતરમાં પ્રગટ થયેલા બે પુસ્તકોની માહિતી આપવા બદલ આભાર. શ્રી રોહિતભાઈ શાહના લેખો 'જનકલ્યાણ' માસિકમાં નિયમિત આવે છે અને હું તે વાંચુ છું. મને તેમના વિચારો ગમે પણ છે. ડૉ.ધનવંતભાઈ શાહના કહેવા પ્રમાણે જેના હૃદયમાં આનંદ હોય તે જ વ્યક્તિ બીજાને પ્રેમની વહેંચણી કરી શકે છે. એ તમારા માટે યથાર્થ છે. હૃદયને હંમેશા આનંદમાં રાખવું એ એવો પુરુષાર્થ છે જે બહુ જ ઓછા કરી શકે છે.

આ પત્રમાં એક સુંદર મેઈલનો ભાવાનુવાદ છે: "વો દિન યાદ કરો" આ મેઈલમાં extra marital relationship (લગ્નેતર સંબંધ) વિશેની વાત છે. પતિ જ્યારે પત્નીને છૂટાછેડા વિશે વાત કરે છે ત્યારે પત્ની હતાશ થઈ જાય છે. એની આંખોના આંસુ પૂછે છે કે "એનો શું વાંક છે ?" પતિ પાસે કોઈ ખુલાસો નથી ફક્ત એટલું જ કે તે હવે બીજી સ્ત્રીને ચાહે છે. બીજા દિવસે સવારે પત્ની છૂટાછેડાના કાગળો ફાડી નાખે છે અને શર્ત મુકે છે કે તેને એક મહિનાનો સમય જોઈએ છે. તેણે વિનંતી કરી એ એક મહિનો સામાન્ય જીવન જીવવું કારણ કે તેમના દીકરાની પરીક્ષા પણ હતી. પતિ માન્ય રાખે છે.

જેમ જેમ દિવસો પસાર થાય છે તેમ તેમ પતિ તેના તરફ ખેંચાતો જાય છે. છેલ્લે તેને ખ્યાલ આવે છે કે તેમના વચ્ચે ગાઢ મિત્રતાનો અભાવ હતો જે છેલ્લા મહિનામાં સ્થપાઈ ચૂકી હોય છે. એ એની પ્રેમીકાને કહેવા જાય છે કે એણે નિર્ણય બદલી નાખ્યો છે. એ પત્નીને જ પ્રેમ કરે છે અને રસ્તામાંથી બુકે લઈને પત્ની પાસે જાય છે ત્યારે પત્ની પથારીમાં મૃત પડેલી હોય છે. એ છેલ્લા કેટલાય સમયથી કેન્સરની બિમારી સામે લડી રહી હતી પણ પતિ પોતાના લફરામાં એટલો મશગુલ હતો કે તેને ખબર જ નહોતી. પત્ની ફક્ત પુત્રના નકારાત્મક પ્રતિભાવથી પિતાને બચાવવા માંગતી હતી.

કેટલી સુંદર વાત છે. જીવનમાં કોઠે પડી ગયેલી સુખ-સુવિધાઓ ઘણીવાર માણસ પોતાના જીવનની સ્વાભાવિકતા જ ગણી લેતો હોય છે. સહજ મળતી વસ્તુની કદર મનમાંથી નીકળી જાય છે અને મન મૃગજળ નામના સુખની શોધમાં દોડે છે. આ મેઈલથી મેં વર્ષો પહેલા પીક્ચર જોયું હતું તે યાદ આવી ગયું. ઘણા વર્ષો થયા પણ 'ગૃહપ્રવેશ' નામ હતું. સંજીવકુમાર અને શર્મિલા ટાગોર મધ્યમ વગીય જીવન જીવતા હતા. એક દીકરો પણ હતો (નાનો હતો). સંજીવકુમાર એક કંપનીમાં ચીફ એકાઉન્ટન્ટ હતો. દરરોજ ટાઈ-સુટ પહેરીને ઓફિસ જતો હતો. દરમિયાન ઓફિસમાં સારિકા ટાઈપીસ્ટ તરીકે જોડાય છે. ફૂટડી છોકરી મીની ફ્રોક પહેરે છે. આ નવયૌવન સંજીવકુમાર તરફ આકર્ષાય છે. બંને જણા બહાર ફરવા માંડે છે. છેવટે સારિકા લગ્ન કરવાની ઈચ્છા વ્યક્ત કરે છે અને પત્નીને છૂટાછેડા આપી દેવાનું કહે છે. હિંમત કરીને હીરો પત્નીને છૂટાછેડાની વાત કરે છે. પત્ની તેની વાત શાંતિથી સાંભળે છે પછી કહે છે કે, "એણે તને હંમેશા ચીફ-એકાઉન્ટન્ટ તરીકે ટાઈ-સુટમાં જ જોયો છે. એ તને ઘરમાં દાઢી કર્યા વગરનો, વાળ ઓળ્યા વગરનો, લેઘાં અને ગંજીમાં જોશે તો પ્રેમ કરશે ? એ છોકરી એકાઉન્ટન્ટને પ્રેમ કરે છે કે તને પ્રેમ કરે છે, એ જોવા માટે ઘેર લઈ આવ." હીરો જે સાંજે લઈ આવવાનો હોય છે એ સાંજે પત્ની ઘર સુંદર રીતે સજાવે છે અને પોતે તો એવી તૈયાર થાય છે ત્યારે પતિ પણ એને જોઈને ચકિત થઈ જાય છે. બહુ જ થોડો વાર્તાલાપ બતાવ્યો

છે અને પત્ની પતિને કહે છે એને ઘેર મુકી આવ. પતિ ચાર ડગલા ચાલીને જ પેલીને બાય-બાય-ટાટા કહી દે છે. આ પીક્ચરનો અંત છે. મને આ કથાનક બહુ જ ગમ્યું હતું. કરુણ અંતવાળી વાત વાંચીને મન ઘેરી ઉદાસીમાં ઉતરી જાય છે. કહેવાનો અર્થ એ નથી કે ખાધુપીધું અને રાજ કર્યું પણ આશાના એક કિરણ તરફ નિર્દેશ કરતો અંત મને બહુ જ ગમે છે. મેઈલ બહુ કરુણ છે. મનને થઈ ગયું કે કાશ, પત્ની છેલ્લા સમયે પતિના હૃદય પરિવર્તનને જાણી શકી હોત. જો કે ગમો-અણગમો વ્યક્તિગત છે. સાહિત્યના સર્જનને તેની સાથે કોઈ લેવા દેવા નથી. બીજાના હૃદયને સ્પર્શી જાય તેવું ઉત્કૃષ્ટ સાહિત્ય સર્જન ઘણાં મનોમંથન પછી માખણ સ્વરૂપે બહાર આવતું હોય છે. એની પ્રશંસા જ હોય. ખરેખર, સાહિત્યના ઉત્તમ નમુનારૂપ આપે મોકલેલા મેઈલના ભાવાનુવાદની પ્રશંસાથી અહિંયાં અટકું છું.

જયાબેનને મારી યાદ
લી.
સ્મિતાના સ્નેહસ્મરણ

11

આદરણીય કલમબંધુ શ્રી જાદવજીભાઈ,
મજામાં હશો.

જાદવજીભાઈ તમે મારા પુસ્તકો બીજાઓ સુધી પહોંચાડ્યા તે બદલ આપનો આભાર માનું એટલો ઓછો છે. તદ્‌પરાંત કોઈને પુસ્તક ગમ્યું હોય તે વાત પણ તમે મારા સુધી પહોંચાડો છો તે બદલ હું તમારી ઋણી છું. આ એક ઉમદા વ્યક્તિત્વની ઓળખ છે. આ ગુણ બહુ ઓછા લોકોમાં હોય છે. ભગવાન પરમ કૃપાળુ છે. સદભાવી વ્યક્તિઓનો પરિચય કરાવીને જીવન ધન્ય કરી દે છે.

પત્રનો વિષય 'ઘટના અને અર્થઘટન' સુંદર છે. થોડો જૂનો પણ છે. હું નવું નવું કમ્પ્યુટર શીખી ત્યારે E-mailનો વ્યાપ ઘણો વધેલો હતો. સારા વિચારો અને સારુ સાહિત્ય લખાણરૂપે અથવા વીડિયો ક્લીપમાં ફરતા થયેલા. તેમાં આ વીડિયો ક્લીપ આવેલી. મેં સાચવી પણ રાખેલી. થોડા વર્ષો પહેલા 'દસ કહાનીયાં' પીક્ચર આવેલું. તેમાં નાની નાની વાર્તાઓના દસ ટુકડા હતા. તેમાંની એક વાર્તા આ હતી. શબાના આઝમી અને નાસીરુદ્દીન શાહે અભિનય કર્યો હતો, પણ તેમાં ઘટના આ જ હતી પણ અર્થઘટન નહોતું. આજે તમે અર્થઘટન કરવાની તક આપી તે બદલ આભાર.

તમારા મેઈલની વાત એવી છે, એક ભાઈ વિમાનમાં હૈદરાબાદ જઈ રહ્યા હતા. ફ્લાઈટને વાર હતી. એમણે એક બિસ્કીટનું પેકેટ ખરીધું

અને ક્યાંક બેસી ખાઈ શકાય એમ વિચારી આજુબાજુ નજર દોડાવી. થોડે દૂર એક સજ્જન બેઠા હતા એમની બાજુમાં બેઠક ખાલી હતી. ત્યાં જઈને બેઠા અને બ્રીફકેસમાંથી બિસ્કીટ કાઢીને ખાવા માંડ્યા. બાજુવાળા સજ્જન એમની સામે તાકીને જોવા માંડ્યા. જેવું પેલા ભાઈએ પેકેટ ખોલ્યું એવા જ પેલા સજ્જન પણ એમની સાથે ખાવા માંડ્યા. છેલ્લે એક બિસ્કીટ રહ્યું ત્યારે ઝડપથી પેલા સજ્જને લઈ લીધું અને અર્ધું કરીને પેલા ભાઈને આપ્યું અને બીજું પોતે મોઢામાં મુકીને ચાલવા માંડ્યા.

પેલા ભાઈ વિચારવા માંડ્યા કે આ તો સાવ રીતભાત અને વિવેક વગરનો માણસ છે. પોતે વિમાનમાં મુસાફરી કરે છે અને બીજાના પેકેટમાંથી ખાઈને ચાલવા પણ માંડ્યા. પછી ભાઈને થાય છે કે, બીજુ પેકેટ લેવું પડશે. એ જ્યારે એ બીજુ પેકેટ લઈને બેગમાં મુકે છે ત્યારે જુએ છે, એમનું પેકેટ તો એમનું એમ હતું. ત્યારે એમને ખ્યાલ આવે છે કે, એમણે પેલા સજ્જનની બેગ ખોલી એમનું પેકેટ ખાવા માંડેલા. તરત જ આજુબાજુ જુએ છે પણ એ તો ચાલ્યા ગયેલા.

'ઘટના અને અર્થઘટન'માંના સંદર્ભમાં મુખ્ય તો માનવ સ્વભાવ છે, જે ભાઈનું પડીકું વપરાઈ ગયું તે ભાઈ શાંત, સમતાભાવી તો જરૂર હશે. વાંચતા એમ પણ લાગે છે કે, એમનું પડીકું વપરાય છે. તેનો અણગમો પેલા ભાઈ વાંચી જ શક્યા હતા. પણ બંને પક્ષે ગેરસમજ હતી અને બંનેના ચહેરા પર અણગમો હતો. કોણ કોને કહે ? આ ઘટનામાં સમાયેલો બોધ અજાણ્યા કરતા પોતાના લોકો દા.ત. માતા-પિતા અને સંતાનો, પતિ અને પત્ની, ભાઈ અને બહેન કે પછી મિત્રના સંબંધને નિકટના માણસો માટે અભિપ્રાય બાંધી લેવામાં બહુ ઉતાવળ કરી નાખીએ છીએ. કદાચ વાત કરવાનું ઓછું પણ કરી નાખીએ, મોઢું ચઢાવીને ફરીએ પણ ચોખવટ ના કરીએ. પછી ખબર કેવી રીતે પડે ? પછી કોઈકવાર ગેરસમજ દૂર થાય ત્યારે પહેલો ધા તો પોતાને જ લાગે કે કેટલું અવિચારી વર્તન કર્યું અથવા તો બોલી નાખ્યું ? મોટાભાગે તો sorry કહીને ગાડુ ગબડી જતુ હોય છે પણ વૃધ્ધ માબાપ હોય અને કોઈ પૂર્વગ્રહ અથવા સમયની વ્યસ્તતાના લીધે સારી રીતે

સમય ના આપી શકીએ અને કોઈકવાર તો પૂર્વાગ્રહ દૂર થાય અથવા વ્યસ્તતા ઓછી થાય ત્યારે માબાપ તો બિચારા રહ્યા ના હોય... પછી શું ? ગુલાબદાસ બ્રોકરની વાર્તા 'બા' મને ખૂબ જ ગમે છે. ઝીણવટથી જીવન જીવતા (કરકસરથી) બા જ્યારે દીકરાઓ (2) કમાતા થાય છે ત્યારે બા આખો દિવસ પૈસા માંગ્યા કરતા હોય છે. મોટે ભાગે ગામડે રહેતા હોય છે. ભાઈઓને એમ જ થાય કે આ આટલા બધા પૈસાનું શું કરે છે ?પોતે તો સાંધેલો સાડલો પહેરે છે. એમની બેન ગરીબ હોય છે. દીકરાઓને કહ્યા કરતા હોય છે બેનને સાચવજો. ભાઈઓને થાય છે બેનને અમે તો સાચવીએ જ છીએ પણ બા ને વિશ્વાસ નથી એટલે એને આપી દેતા લાગે છે. બા જ્યારે મૃત્યુ પામે છે ત્યારે લેખક તેમની બેનને લઈને ગામડે આવે છે. એ લોકો આવે છે એટલે જાણે આખું ગામ ઉમટે છે. તેમનો ખરખરો કરવા એટલા બધા જણને બા એ મદદ કરી હોય છે કે લેખક અવાચક થઈ જાય છે. પોતે કરકસર કરી બીજાને મદદ કરતા રહેતા બા માટે બે ભાઈઓ કેવું વિચારતા હોય છે. આંખમાં પાણી લાવી દે એવી આ વાર્તા મળે તો વાંચવા જેવી ખરી.આપણે આ જ શિખવાનું છે. મૂક સારપની નોંધ લગભગ લેવાતી નથી. દરેકના જીવનમાં તેમની સુખાકારી માટે કેટલાય નિ:સ્વાર્થ સંબંધોનું યોગદાન હોય છે પણ તેના પર કિંમત લખેલી હોતી નથી. માટે હંમેશા હકારાત્મકતા કેળવવી જોઈએ. કોઈકવાર ભૂલ થઈ જાય પણ તેની કબુલાત કરીને આચરણમાં તો સમતાભાવ રાખવો જોઈએ. આપણી સમતા બીજાના હૃદયને પણ સ્પર્શે અને સદભાવનાની મહેક પ્રસરે એ જ પ્રાર્થના.

જયાબેનને મારી યાદ
લી.
સ્મિતાના સ્નેહસ્મરણ

12

આદરણીય કલમબંધુ શ્રી જાદવજીભાઈ,
મજામાં હશો.

આપણો આ પત્રનો વિષય છે "શું તમે ક્યારેય તમારું મન વાંચવાની કોશિશ કરી છે ?" "વાંચવા જેવું અતિ જીવનોપયોગી એવું આપણું પોતાનું મન છે, અંતરાત્મા છે." આ વાત જેટલી સાચી છે તેટલી જ સામાન્ય પણ છે. મોટાભાગના લોકોને તેમના વડિલો કે શિક્ષકોએ સલાહ આપી જ હશે કે, "કોઈપણ નિર્ણય લેતા પહેલા તમારું મન શું કહે છે તે સાંભળો. મન કહે એમ કરો, મગજ કહે એમ નહિં." ત્રણ વર્ષ પહેલા મેં કલકત્તા સ્થિત સ્વામી શુદ્ધાનંદનું પુસ્તક "Your Mind Your Best Friend"નો ભાનુવાદ કર્યો છે. એમાં પણ સ્વામીજીએ જીવનમાં એક ખાસ મિત્ર હોવો જોઈએ અને આપણા મન જેવો ખાસ મિત્ર બીજો કોઈ હોઈ શકે નહિં તે વાત પર ભાર મૂક્યો છે.

આપણામાં અહંકાર તો છે જ. પણ સાથે સાથે આપણે દંભમાં જીવીએ છીએ, અનુકરણમાં જીવીએ છીએ. પ્રત્યેક વ્યક્તિ અદ્વિતિય છે વિશિષ્ટ છે, પણ કોઈ આ હકીકત સ્વીકારતા નથી. બીજાના વાદ લેવામાં માણસ એટલો રમમાણ છે કે પૂરેપૂરો પ્રગટ થઈ શકતો નથી અને મુંઝાયા કરે છે. પછી દોષનો ટોપલો ઢોળશે બીજાના ઉપર કે આના લીધે આમ થયું. જેના સુખ અને સંતોષનો આધાર બીજા ઉપર નિર્ભર છે તે કેવી રીતે સંતોષ પામશે ? સંતોષ અને સુખ સ્વયંમાંથી પ્રગટ કરવાના છે. મનને શાંત કરવાનું છે. મનને દુઃખી કરનારી ઘટનાઓ

મનમાંથી કાઢી નાખવાની છે. મનમાં ધ્યાન કેન્દ્રીત કરવાનું છે. મનમાં ધ્યાન કેન્દ્રીત કરીશું તો આપોઆપ શ્રદ્ધાનો દીપક પ્રગટશે. મનને શાંત છતાં પણ કોઈવાત મનમાંથી ના નીકળતી હોય તો સમાધાન કરી લેવું, જે વ્યક્તિ સાથેની વાત હોય તેને sorry કહી દેવું. sorry શબ્દ પણ egoમાં આવી જાય છે એ હકીકત છે. એનો પ્રયોગ કરવા જેવો છે. એનો અર્થ હરગીઝ એ નથી કે આપણે ખોટા છીએ પણ એનો અર્થ થાય છે મનની શાંતિ મેળવવાનો આપણો અધિકાર છે.

એકવાર મન વાંચતા આવડી જાય પછી દ્રષ્ટિકોણનું ઝાઝુ મહત્વ રહેતું નથી. દરેક માણસનો 'આત્મા' નિષ્કલંક અને નિર્દોષ છે, પણ આપણે સ્વભાવગત ભૌતિક પીડાઓની મલિનતાથી મન ભરી દઈએ છીએ, આત્મામાંથી છૂટા પડી જઈએ છીએ. ક્રોધ, દંભ અને અહંકારના આવરણોને મનમાંથી દૂર કરીએ અને આત્માને મોકળાશ આપીએ કે જેથી તેને વાંચી શકીએ. આ આવરણો સદવાંચન અને સદગુરુની પ્રેરણાથી દૂર કરી શકાય છે.

સવારે થોડો સમય ધ્યાન માટે કાઢવાથી ઘણો ફાયદો થાય છે. મૌનમાં ગજબની તાકાત છે. મૌન રહેવાથી ચિત્ત શાંત થાય છે અને મનનો અવાજ સાંભળી શકાય છે. આપણે કેટલા ભાગ્યશાળી છીએ કે જાદવજીભાઈની સતત ચાલતી મનન અને ચિંતનની યાત્રારૂપે જ્ઞાનરૂપી દહીના વલોણામાંથી માખણરૂપી અંકુર તૈયાર મળે છે. જેવી રીતે આપણે વરસાદની ઋતુમાં નર્સરીમાં જઈને મોંઘા રોપાઓ લાવીને ઘરના બાગમાં વાવીએ છીએ જેથી ઘરનું વાતાવારણ મહેંકી ઉઠે. આ વિચાર-અંકુર તો લેવા પણ જવો પડતો નથી. ઘેર બેઠા મળે છે, તો આપણી જીવનવાડીને મહેંકાવવા એટલો પ્રયત્ન તો કરી જ શકીએ ને ?

જયાબેનને મારી યાદ
લી.
સ્મિતાના સ્નેહસ્મરણ

13

આદરણીય કલમબંધી શ્રી જાદવજીભાઈ,
મજામાં હશો.

આપનો પત્ર અને જૈન જ્ઞાનસત્રમાં આપેલું વક્તવ્ય, "જૈનકથામાં સદ્‌બોધના સ્પંદનો" વિષય હેઠળ 'રથનોમિની કથા'નું લેખિત સ્વરૂપ પણ પત્ર સાથે મળ્યું છે. કથાબીજ તો જે જૈન હોય એને ખ્યાલ હોય જ પણ મનમાં ક્યાંય ઘરબાઈ ગયું હોય. તે તરત મનની સપાટી પર આવી જાય. મને બે વર્ષ પહેલાનું જ્ઞાનસત્ર યાદ આવી ગયું, જેમાં મેં પાંચમા આગમ 'ભગવતી સૂત્ર'ના પહેલા શતક પર તૈયાર કરેલું. એ વક્તવ્ય સમાવતુ પુસ્તક 'આગમ અને અવગાહન' મારી પાસે છે જેમાં તમારું પણ વક્તવ્ય છે. આગમ શાસ્ત્રોમાં માનવીની આત્મોન્નતિ માટે ચાર યોગ સમાવિષ્ટ છે. દ્રવ્યાનુયોગ, ચરણકરુણાનુયોગ, ગણિતાનું યોગ અને ધર્મકથા યોગ. એમાં અઢળક ધર્મકથાઓ છે જે સદ્‌બોધને જીવનમાં ઉતારવાનું સૌથી સરળ માધ્યમ છે અને એમાંથી પણ સરળ અને મનમાં અસર રહે એવું તમે તૈયાર કર્યું છે માટે અભિનંદન ! આવી જ રીતે વેદો, પુરાણો અને મહાકાવ્યોમાં આવતા પર્વ અથવા કાંડમાં પુષ્કળ કથાઓના દ્રષ્ટાંતો છે. અર્થાત ધર્મકથા દ્વારા સદ્‌બોધ લગભગ બધા જ ધર્મોમાં છે.

આ પત્રમાં તમે રાજવી કવિ કલાપીના બે કાવ્યોની પંક્તિઓને લઈને આપના વિચારો રજુ કર્યા છે. પહેલી પંક્તિઓ 'પસ્તાવો' નામના કાવ્યની છે અને બીજી પંક્તિ 'તે પંખી પર પથરો ફેંકતા ફેંકી દીધો'

કાવ્યની છે. કલાપી મારા પ્રિય કવિ છે એટલે ઈન્ટરનેટ પરથી શોધી તો 'પસ્તાવો' મળી પણ બીજી ના મળી. કવિતા હૃદયસ્પર્શી છે. શરૂઆત અત્યંત ભાવવાહી છે. કવિ લખે છે કે, નબળાઈની કોઈક ક્ષણે તેમણે કોઈકના હૈયાને ઠેસ પહોંચાડી હતી અને પછી તેને ઉદાસ જોઈને ક્રૂરપણે મનને ખુશી વ્યાપી ગઈ હતી. સામેવાળુ તો કંઈ જ બોલ્યું ન હતું એટલે પોતાનો અહં સંતોષાયો હતો પણ પછી રાત્રે ઊંઘ આવતી નથી. હૃદય પર ડુંગરનો ભાર જાણે વર્તાઈ રહ્યો છે. બેચેની એકદમ વધી જાય છે. કવિને બહુ દુ:ખ થાય છે, વિચારે છે, આતો એના કરતા મને વધારે વેદના થાય છે. એ વેદના, એ ડંખ જ્યારે મનમાંથી ખસતો નથી ત્યારે તેના ઉપાયરૂપે તેની ક્ષમા માગવા જાય છે. અહીં દર્દ પાછુ વધી જાય છે કારણ કે જ્યારે કવિ ક્ષમા માગવા જાય છે ત્યારે પેલુ જખમી હૃદય અનરાધાર આંસુ વહાવે છે જાણે બે હાથ જોડીને કરગરી રહ્યું છે, "એક ઘા તો ખમી લીધો હવે બીજો ઘા (માફી) સહન નહિં કરી શકું. તો પણ તને ઠીક લાગે તેમ કર, તું જ તારો સ્વામી છે." પછી બંને જણ આંસુ સારીને હળવા થાય છે. સમય વહી જાય છે છતાં કવિને જ્યારે જ્યારે યાદ આવે છે ત્યારે નેત્રો ભીનાં થાય છે.

અંતમાં કવિ વિચારે છે કે પસ્તાવો નામનું ઝરણું જે સ્વર્ગમાંથી વહી આવે છે તે કેટલું મોટું વરદાન છે. જેનાથી પણ પાપ થઈ ગયું હોય, કોઈનું મન દુભવ્યું હોય તો માફી માંગીને હળવું થઈ શકે છે. કોઈને ઠેસ પહોંચાડતા તો પહોંચાડી દીધી પણ ભારે મન લઈને જીવવું કેવી રીતે પણ માફી માગવાથી મન હળવું કરી શકાય છે. કવિ કૃતજ્ઞતા વ્યક્ત કરે છે. સૌ જાણે છે એમના કાવ્યોનું સંબોધન દ્વિઅર્થી છે. ભગવાન માનીએ તો ભગવાન અને પ્રિયતમા માનીએ તો પ્રિયતમા. એમનો પ્રણય કિસ્સો જગ જાહેર છે.

સૌથી પહેલા તો આપણને અનુભૂતિ થાય કે મેં ખોટું કર્યું છે એ જ બહુ મોટી વાત છે. સ્વીકારભાવ પછી પસ્તાવો કરવાનો ભાવ આવે છે. એના ઘણા પ્રકાર છે. પશ્ચિમમાં ખ્રિસ્તી ધર્મનો બહોળો વ્યાપ છે. એમાં ચર્ચમાં જઈને Confession Chamberમાં બેસી પસ્તાવો કરવાથી ભગવાન માફ કરી દે છે. ઘણાં મનમાં જ ઈશ્વરની માફી માંગી લે

છે પણ પરસ્પર મળીને માફી માગવાની રીત શ્રેષ્ઠ છે. પસ્તાવાના આંસુથી ધોવાઈને મલિન હૃદય નિર્મળ બને છે અને સામેની વ્યક્તિનો પ્રેમ પણ પામી શકાય છે.

બીજા કાવ્યની છેલ્લી કડી પણ ખૂબ સુંદર છે. છેલ્લી બે લાઈન અહીંયા હું લખું છું;

રે રે શ્રદ્ધા ગત થઈ પછી કોઈ કાળે ન આવે
લાગ્યા ઘા ને વીસરી શકવા કાંઈ સામર્થ્ય ના છે.

વાત કેટલી સાચી છે જાદવજીભાઈ. આપણે ઘણીવાર ભાન ભૂલીને એવું બોલી નાખીએ છીએ કે સામેવાળો ભૂલી ના શકે. વહેતા સમયનું મળેલું વરદાન માનવજાતને મળેલી અણમોલ ભેટ છે. દરેકને પોતાનું કેન્દ્રબિંદુ જોઈએ છે. બીજાના તરફથી સ્વીકાર જોઈએ છે અને જો એવું ના બને તો આપણે વિવેક ભૂલી જઈએ છીએ. ગમે તે બોલી નાખીએ છે, પણ ખરેખર તો સામાને દસ ટકા નીચો પાડવા માટે આપણે જ આપણી જાતને 90 ટકા નીચી પાડી દઈએ છે. આપણને બધુ જ ત્વરિત જોઈએ છે જેવી રીતે સામેનાનો સ્વીકાર પણ જો એ ના મળે તો કંઈ વાંધો નહીં, કટોકટીની પળ વહી જવા દેવાથી ઉન્માદ પણ વહી જાય છે, પછી થાય છે કે આપણે ખોટા હતા. માટે ઉગ્રતાને બહાર આવવા ના દઈએ અને જો આવી જાય તો વાતને વાળી લઈએ. ક્ષમા વીરસ્ય ભૂષણં:

જયાબેનને મારી યાદ
લી.
સ્મિતાના સ્નેહસ્મરણ

14

આદરણીય કલમબંધુ શ્રી જાદવજીભાઇ,
મજામાં હશો.

આપના પત્ર સાથે એક પુસ્તક 'સત્ય ઘટનાને ઘાટે ઘાટે' પણ મળ્યું છે. પુસ્તક જેવું હાથમાં આવ્યું એટલે તરત વાંચી નાખ્યું. અત્યંત સરળ ભાષામાં લખાયેલું આ પુસ્તક ખરેખર વાંચવુ ગમે એવું છે. છેલ્લા પાને આપેલો લેખકનો પરિચય એમનાં વ્યક્તિત્વનું ઊજળું પાસુ રજુ કરે છે. પુસ્તકમાં આપેલ ચારિત્ર નિબંધો સાચે જ પ્રેરણાદાયક છે.

તમારા લેખનું શિર્ષક 'શું તમે તમારી બેગ તૈયાર રાખી છે ?' વાંચીને પહેલા તો હસવું આવી ગયું. અહીં તો પર્સ પકડીને ચાલવાની ય હામ નથી તો વળી બેગ ક્યાં તૈયાર રાખે? જો કે આ તો હસવાની વાત છે. અનંતની યાત્રાએ બેગ ઉચકીને લઈ જવાની હોતી નથી સાથે આવે છે. એને તૈયાર કરવાની સમજણ જે તમે આપી છે એ જેટલી સુંદર છે એટલી જ સહજ છે. જો કે મારી લાયકાત તો પેલા અકબર રાજાના હજામ જેટલી કહેવાય. એક હજામ દરરોજ અકબર રાજાની હજામત કરવા જાય. રાજાની હજામત કરતો હોય એટલે બેગમાં તો સોનાના સિક્કા રહેવાના. બાદશાહ પૂછે, 'નગરજનો કેમ છે ?' એટલે જવાબ આપે 'મા'રાજ બધા જ બહુ સુખી છે' દરરોજ એક જ જવાબ સાંભળી રાજા તો પોરસાઈ ગયા. કોઈ એકાદ જણ પોતાનું દુ:ખ લઈને જાય તો રાજા સાંભળે જ નહિં. બિરબલને ખ્યાલ આવી ગયો. એણે એક દિવસ ચાલાકીથી એની બેગમાંથી સિક્કા કાઢી લીધા. બીજા દિવસે

રાજાએ પૂછ્યું તો હજામ ધ્રુસકે ને ધ્રુસકે રડવા માંડ્યો, 'મા'રાજ આપના ગામમાં બધા જ દુઃખી છે. ચોરીઓ બહુ વધી ગઈ છે. આપ કંઈ કરો.' આ તો બાળકથા છે પણ મારા સંદર્ભમાં એટલે યાદ આવી કે મને બધા જ મારા જેવા લાગે છે. ઘરનાં પણ કહે, બધા આપણા જેવા ના હોય. સાચે જ, થયું એવું કે તમારી સમજણ વાંચીને હું તો પોરસાઈ ગઈ. વાહ ! આ તો કશું જ નવું કરવાનું નથી. આપણે તો ભાઈ પાસ ! પણ હાઈલાઈટ કરેલી છેલ્લી સમજણ વાંચીને જરા ફફડી જવાયું. આટલા બધા ઊંડા જવાની શી જરૂર છે ? જીવન તો અમૂલ્ય જ છે, મૃત્યુ પણ સ્વાભાવિક છે. ટાગોરની બે પંક્તિઓ (ગીતાંજલી) મને બહુ ગમે છે.

"આ સુંદર ભુવનમાં મને મરવાની ઈચ્છા નથી. મનુષ્યો વચ્ચે હું જીવવા ઈચ્છું છું. આ સૂરજના કિરણોમાં, પુષ્પિત કાનમાં અને જીવંત હૃદયમાં હું સ્થાન પામવા ઇચ્છું છું."

આપણો એક જમાનો હતો જાદવજીભાઈ, જ્યારે આપણે માબાપ અને શિક્ષકના શિક્ષણથી ઘડાતા હતા, તેને ચમકાવવાનું કામ પુસ્તકો કરતા. આજના ડીજીટલયુગમાં સ્માર્ટ ફોનની બોલબાલા છે. મમ્મી-પપ્પા બંને કમાતા થઈ ગયા છે. બાળકો એકલા પડી ગયા છે. એટલે જ વોટ્સએપ, ફેસબુક, ઈમેઈલ ઉપર પ્રેરણાત્મક, હકારાત્મક, ચિંતનાત્મક મેસેજોનો ધોધ વરસી રહ્યો છે અને અતિરેકમાં માણસ રસ ગુમાવી દે છે. આટલા ફાસ્ટ યુગમાં તમારા જેવા મુઠ્ઠીભર લોકો પ્રેરણાનો સ્રોત બનીને, પોતાનો કિમતી સમય બીજા માટે ફાળવી અને પ્રેરણાત્મક પત્રશ્રેણી ચલાવે જેનો પ્રભાવ પુસ્તક કરતા પણ વધારે પ્રભાવ પડે અને એમાં સહભાગી થવાનો મારા જેવીને લાભ મળે એ સદભાગ્ય જ કહેવાયને. તમારી પત્રશ્રેણીનો પ્રવાહ આગળને આગળ ચાલ્યા કરે અને બીજાના ઉર્ધ્વગમનનું તમે નિમિત બનો એવી શુભેચ્છા સાથે અહીં વિરમું છું.

લી.

સ્મિતાના સ્નેહસ્મરણ

15

આદરણીય કલમબંધુ શ્રી જાદવજીભાઈ,
મજામાં હશો.

ઘણા સમયથી પત્ર મળ્યો નહોતો. સારુ થયું પુછી જ લીધું અને મેઈલમાં મળી ગયો. આપના આ પત્રનો વિષય છે "શું જીવન એક એડજસ્ટમેન્ટ છે ?" આ સંદર્ભમાં તમારી વાત સાવ સાચી છે કે તેનો સંપૂર્ણ આધાર આપણા પોતાના દ્રષ્ટિકોણ પર આધારિત છે.

જીવન તો પરમાત્મા તરફથી આપણને મળેલી અનુપમ ભેટ છે. એને આપણે માણવાની છે. આપણી ઈચ્છ કે મહત્ત્વકાંક્ષા હોય તે દિશામાં પુરુષાર્થ કરવાનો છે. કદાચ બધું જ આપણી ઈચ્છ પ્રમાણે ના પણ મળે છતાંય ત્યાં પહોંચવા સાચા રસ્તે ગતિ કરવી જરૂરી છે. ગતિમાં રહેવું એ જ જીવનની સુંદરતા છે. એમાં નિશ્ચિત ધ્યેય હોય તો સોનામાં સુગંધ ભળે છે. કશું પણ પામવાનો માર્ગ સીધો અને સરળ તો નથી જ.

એવા પણ ઘણાં દાખલા હોય છે કોઈક મહેનત કર્યા જ કરે પણ નસીબ બે ડગલા આગળ હોય. ઘણાંને વળી આસાનીથી મળતું હોય છે. આમાં કોઈનો વાંક કાઢવો યોગ્ય નથી પણ જે મળે એમાં ખુશ રહેવું એ સુખી જીવનની ચાવી છે. કહેવાનો અર્થ એ નથી કે દુઃખી જ ના થવું પણ બીજા ઉપર ઈર્ષ્યા ના કરવી. કોઈનું સુખ જોઈને આપણા માટે ભગવાનને ફરિયાદ ના કરવી.

કૌટુંબિક જીવનમાં પણ ઘણીવાર પતિ કે પત્નીને થતું હોય છે, આમની જોડે ક્યાં લગ્ન થયું ? ફલાણો કે ફલાણી તો તૈયાર જ હતા પણ કરમ ફૂટેલા હોય તો શું થાય ? તમને કદાચ વધારે પડતું લાગશે પણ મેં ક્યાંક વાંચ્યું હતું કે, અમેરિકાના પ્રમુખ અબ્રાહમ લિંકનના પત્ની કેટલાય વર્ષો પછી લિંકનને કહે છે, "તમારા કરતા તો હું ડગ્લાસને પરણી હોત તો ક્યારનીય વ્હાઈટ હાઉસમાં પહોંચી ગઈ હોત." કારણ કે તે જોઈ રહી હતી કે લિંકન પાસે નાણા નથી, તેના પોષાકનું ઠેકાણું નથી. અગાઉની ચૂંટણીઓમાં લગાતાર પરાજયનો અનુભવ જોતાં તે જિતશે એવું કોણ કહી શકે ? પત્નીના કઠોર શબ્દોના જવાબમાં લિંકને એટલું જ કહ્યું હતું, 'થોડી ધીરજ રાખ હું જ તને વ્હાઈટ હાઉસમાં લઈ જઈશ' અને લિંકન પ્રમુખ તરીકે ચૂંટાઈ આવ્યા. પત્ની કંઈક શરમાઈ. લિંકને એટલું જ કહ્યું, 'સફળતા-નિષ્ફળતા તો ઈશ્વરના હાથમાં છે પણ જીવનમાં કેટલીક પસંદગીઓ વિકલ્પ રહિત હોય છે અને વિકલ્પ રહિત પસંદગી વડે માણસ જિતે છે. જ્યાં તે હારે છે તે માણસ તરીકે તો જિતે જ છે.'

સુમેળ ભર્યા જીવનનનો આનંદ જ અનેરો છે. કંઈક જતું કરીને સચવાતો સંબંધ હંમેશા માટે ટકી રહે છે. ઘરમાં વહુ પણ કંઈક કરી આપે તો આભાર માનવો એમાં દેખાડો નથી પણ કોઈની ખુશીનું વાવેતર છે. દલાઈ લામા કહે છે, "આપણે ધર્મ અને ધ્યાન વિના રહી શકીએ છીએ, પરંતુ માનવીય લાગણીઓ વિના જીવી શકતા નથી." લાગણીઓથી જીવવા માટે એકબીજાને અનુકુળ થવું એ જ શ્રેષ્ઠ છે.

જયાબેનને મારી યાદ
લી.
સ્મિતાના સ્નેહસ્મરણ

16

આદરણીય કલમબંધુ શ્રી જાદવજીભાઈ,
મજામાં હશો.

આપનો પત્ર અને સાથે મહાસતીજીનું પ્રતિક્રમણસૂત્ર પર લખેલું પુસ્તક મળ્યું છે. પુસ્તક તો મળતા મળતા વરસાદમાં એટલું ભીંજાઈ ગયું હતું કે, ટેબલ પર સુકાતા સુકાતા સારુ એવું જ્ઞાન મારા પર વરસાવી દીધું. અર્થ અને વિવેચનનો વર્ષો પહેલા અભ્યાસ કર્યો હતો જે ક્યાંય ઊંડાણમાં ધરબાઈ ગયેલા. અત્યંત સરળ ભાષામાં સમજાવતા પ્રતિક્રમણના સૂત્રો માટે સાધ્વીજી મહારાજને કોટિ કોટિ વંદન. તમારો પત્ર બે બાજુ છપાઈને આપ્યો તે બહુ જ ગમ્યું. મને પત્ર emailમાં મોકલશો તો બહુ જ ગમશે. કારણ કે જેવો તમે પોસ્ટ કરો તેવો જ મને મળી જાય. રાહ જોવાની પંચાત જ નહીં.

આપના વિષય "તુટે માન... તો કેવળજ્ઞાન" પ્રમાણે સંસ્કાર જીવનનું એવું સૌંદર્ય છે જે કોઈને આપી શકાતુ નથી અથવા તો લઈ શકાતુ નથી. બાળક હંમેશા વડિલોનું અનુકરણ કરશે. પોતાના ઘરમાં જેવું વાતાવરણ હશે તેવા જ સંસ્કાર તેના પર પડશે. બાળક જો પ્રેમસભર કુટુંબમાં ઉછરશે તો પ્રેમનું સૌંદર્ય તેના વ્યક્તિત્વને નિખારશે પણ જો દંભ અને ડોળના વાતાવરણમાં મોટું થશે તો નાનપણથી જ તે દંભ અને ડોળ શીખશે. અત્યારે સમાજમાં દંભ વધી ગયા છે. કોનું મન કેવું છે એ તમે કહી શકો નહિં. સમય આવે જ ખબર પડે કે તાલી મિત્ર છે, થાળી મિત્ર છે કે પછી સાચો મિત્ર. તમારા જણાવ્યા પ્રમાણે

આજે પણ ડૉ.આંબેડકર જેવી વ્યક્તિઓ ઓછી નથી જેમના સંસ્કારની સરવાણીમાં અનેક લોકો સદભાવ તરફ પાછા વળે છે. એવા એક વ્યક્તિને હું પણ ઓળખું છું જેમનું નામ છે જાદવજી કાનજી વોરા.

અહંકારને ઓળખવો અઘરો છે. આપણને કોઈ કહે છે કે મનમાંથી અહંકાર કાઢી નાખો પણ કેવી રીતે ? અહંકારની ઓળખ માટે મારી પાસે એક સુંદર દ્રષ્ટાંત છે: એક માણસ રાત્રે ઝૂંપડીમાં નાનું ફાનસ પ્રગટાવીને શાસ્ત્ર વાંચી રહ્યો હતો. બહાર પુનમની રાત હતી. અધી રાત વીતી ગઈ અને જ્યારે તે થાકી ગયો ત્યારે તેણે ફૂંક મારીને ફાનસ ઓલવી દીધું. જેવું ફાનસ બંધ થયું અને તે આશ્ચર્યચકિત થઈ ગયો. પુનમના ચાંદનું અજવાળુ આખા રૂમમાં પ્રસરી ગયું. એને ખુબ જ નવાઈ લાગી કે એક નાનકડા ફાનસે આટલા મોટા ચંદ્રને બહાર ઊભો રાખી દીધો હતો.

આવી રીતે આપણે પણ આપણા જીવનમાં અહંકારના નાના નાના દીવાઓ પ્રગટાવી રાખ્યા છે. એના લીધે પરમાત્મારૂપી ચાંદ બહાર જ ઊભો રહી જાય છે. જ્યાં સુધી અહંકારને દૂર નહિં કરીએ ત્યાં સુધી મન અશાંત રહેશે. જ્યારે મન શાંત થશે ત્યારે પરમાત્માની હાજરી (ઉપસ્થિતિ)નો અહેસાસ થશે.

જયાબેનને મારી યાદ
એ જ લી.
સ્મિતાના સ્નેહસ્મરણ

17

આદરણીય કલમબંધુ શ્રી જાદવજીભાઈ,

આપની પત્રશ્રેણી 44માં પત્ર દ્વારા દસ વર્ષ પૂરા કરે છે તે બદલ આનંદ અને ગૌરવ સાથે આપને અભિનંદન પાઠવું છું. આ પત્રશ્રેણીમાં જોડાયેલા તમામ સ્નેહીજનોને પણ હાર્દિક અભિનંદન. સિનીયર સિટીઝન વિશેનો આપણા મૂર્ધન્ય સાહિત્યકાર ગુણવંત શાહનો લેખ વાંચતા એવું લાગે કે, ટૂંકમાં અને કલાત્મક રીતે દરેક મુદ્દા એવી રીતે ગૂંથી લીધા છે કે બીજા કોઈને કશું જ કહેવાપણું રહે નહીં. સૌથી પહેલી વાત તો એ છે કે, સિનીયર સિટીઝનનું બિરુદ પામવા જેટલી ઉમરે પહોંચીએ એ જ ખરેખર તો ઈશ્વરની કૃપા કહેવાય. ઈશ્વરે આપેલી આ અણમોલ ભેટનો આપણે ઉપયોગ કેવી રીતે કરવો તે આપણા ઉપર આધાર રાખે છે. જેમ જેમ નિવૃત્તિ તરફ જતા જઈએ તેમ તેમ જતું કરવાની વૃત્તિ કેળવવી જોઈએ. ઉદાર મન રાખવું જોઈએ. આપણે નિવૃત્ત થઈએ અને નવી પેઢી સુકાન હાથમાં લે એટલે બદલાવ તો રહેવાનો, કારણ કે એક પેઢીનું અંતર પડે છે. એ અંતરને પચાવી અને આવકારતા શીખી જવું પડે. "અમે તો આમ જ કરતા હતા, તમારો તો ક્લાસ જ નહિં" એવા વચનો આપણને સામેના માણસથી દૂર કરી દે છે.જેમ પહેલાના સમયમાં અભરાઈ પર ગોઠવેલા તાંબા-પિત્તળના વાસણોની હેલ ને દિવાળી સમયે બહારથી બહેનોને બોલાવીને આંબલીથી મંજાવી ચકચકાટ કરતા હતા તેવી રીતે આપણા મનની અંદર ભરાઈ ગયેલી માન્યતાઓ અને અહંકારને ધ્યાનથી કે પછી ભક્તિભાવથી માંજીને ઉજળુ કરવાનો સમય છે જેથી નવું આવકારી

શકાય. ગીતામાં શ્રી કૃષ્ણે નિષ્કામ કર્મની વાત કરી છે. જૈનધર્મ અપરિગ્રહને મહત્વ આપે છે. આ શબ્દ મને બહુ ગમે છે. મેં એનું નિષ્કામ અપરિગ્રહ કરી નાખ્યું છે. હું થોડા વર્ષો પહેલા અમેરિકા ગઈ હતી. ત્યાં મેં જોયું હતું કે, ત્યાંના દરેક ઘરોમાં બેસમેન્ટ તો હોય જ. (ભોંયરું) અને તમે નીચે જાઓ એટલે અક્કલ કામ ના કરે એટલી વસ્તુઓનો ખડકલો હોય. બધા લગભગ મારી ઉંમરના અથવા તો મોટા હતા. બે-ચાર વર્ષ પછી આટલું મોટું ઘર કાઢીને રીટાયર હોમમાં જવાનો વિચાર બે-ત્રણ જણે કર્યો અને ગયા પણ ખરા. ત્યારે મેં પૂછેલું પણ ખરું કે આટલી બધી અધધ વસ્તુઓનું શું કર્યું. એટલે કહે બહાર મુકી દેવાની. જેને જે જોઈએ એ લઈ જાય, બાકી ઘણા ગરાજ સેલ રાખતા હોય છે. 100 ડોલરની વસ્તુ 10 ડોલરમાં, કારણ કે એમના છોકરાઓને કશું જ જોઈતું નથી એમના સહિત. અરે, ભલા માણસ તો આટલી બધી વસ્તુઓ ભેગી કરવાની જરૂર શી હતી ? ત્યારે મને નિષ્કામ અપરિગ્રહ યાદ આવેલો. અહીં તો એકાએક મમતા છોડી દેવાની વાત છે ? જ્યારે આપણી પાસે તો સમય છે, સ્વજન છે અને સંસાર પણ છે. નિર્લેપતાથી જીવતી વ્યક્તિ કોને ના ગમે ? મારા માટે જીવન ક્ષણોનો સરવાળો છે. સુખદ ક્ષણો, દુઃખદ ક્ષણો. ક્ષણો (સમય) પણ પાણીની જેમ વહેતી રહે છે. આ ક્ષણે જેવું હોય એવું બીજી ક્ષણે હોતું નથી. છતાંય ઘણાં લોકો એને પકડી રાખવાનો વ્યર્થ પ્રયત્ન કરે છે. મને પણ દુઃખ થાય છે. વિવાદ થાય છે. એકલું લાગે છે. પણ દિવસ બદલાય એમ હું બદલાઈ જાઉં છું. નવો દિવસ, નવી વાત. હું સંપૂર્ણ સાચી છું કે સુખી છું એવો દાવો કરતી નથી પણ સુખ-શાંતિ તરફ મારી ગતિ છે એમ કહી શકાય. મેં ક્યાંક વાંચ્યું હતું, ઈચ્છાઓ દરેક જણમાં હોય છે જ આપણને સુખી કે દુઃખી કરી શકે છે. આપણા સુખનો આધાર આપણે વધુ કે ઓછું મેળવીએ છીએ એના પર નહિં પણ આપણે શું મેળવીએ છીએ એના પર છે. નદીમાં પાણી તો પુષ્કળ હોય છે પણ પાણી જેટલી તરસ રાખનાર નહિં, પણ તરસ જેટલું પાણી પી શકનાર આનંદ અને તૃપ્તિ અનુભવી શકે છે. બસ આજે આટલું જ. જયાબેનને મારી યાદ.

સ્મિતાના સ્નેહસ્મરણ

18

આદરણીય કલમબંધુ જાદવજીભાઈ,
મજામાં હશો.

આપનો વૈવિધ્યસભર પત્ર મને મળ્યો છે. એક એક કરતાં 425 મિત્રો આપની સાથે જોડાયેલા છે, એટલે એમના પ્રતિભાવોમાં પણ વૈવિધ્ય હોવાનું. મને સાને ગુરુજીની પ્રેમની વ્યાખ્યા યાદ આવે છે. એમણે કહ્યું છે, "પ્રેમ એ તો જીવનનું સત્ય છે. સ્થિર અને છલોછલ પ્રેમ જીવનવૃક્ષને પોષે છે. જેમ વૃક્ષના પાંદડે પાંદડે, ડાળીએ ડાળીએ અને આખાય થડમાં મૂળિયા સહિત જીવનરસ ભરેલો હોય છે. બસ પ્રેમ એવો ઊંચો હોવો જોઈએ. સોડાની બાટલી ફોડિયે તો ફસ્સ કરતું ફીણ બહાર નીકળી જાય, એવો ક્ષણે ઉભરાઈ જનારો અને બીજી ક્ષણે અદ્રશ્ય થઈ જનારો પ્રેમ તાજગી અને સૌંદર્ય બક્ષી શકતો નથી." તમારું વ્યક્તિત્વ આ વૃક્ષ જેવું છે.

આ પત્રમાં 'નિવૃત્તિ લેવી જોઈએ કે નહીં ?' તેના વિશે વાત કરી છે. નિવૃત્તિ સંબંધી વાત કરીએ તો 'નિવૃત્તિ' શબ્દ જરા ઉંડાણ માંગી લે તેવો છે. ક્રિકેટર 36 વર્ષે (આશરે) રીટાયર થાય છે. સરકારી નોકરીના કર્મચારી 60 વર્ષે, કોઈ સંસ્થાના પ્રમુખ 75 વર્ષે તો વળી નેતાઓ 80-85 વર્ષે અથવા આજીવન ના પણ થાય. એટલે ખરેખર નિવૃત્તિને તમે માનસિક સ્તરે કેવી રીતે લો છો તે અગત્યનું છે. જો તમે તમારી ખુશીથી પદ છોડો તો તેના વિકલ્પમાં ઘણી બધી પોતાને ગમતી,

પોતાને યશ અપાવતી પ્રવૃત્તિ કરી શકો છો. ક્રિકેટરો કોચ કે પછી કોમેન્ટેટર થવાનું પસંદ કરતા હોય છે. શિક્ષક હોય તો બાળકોને ટ્યુશન આપી શકે (ઓછી ફી લઈને) કોઈ સેવાકીય પ્રવૃત્તિ પણ કરી શકાય, પણ મનથી જ જો અફસોસ કર્યા કરીએ કે, "મારો કોઈ ભાવ નથી પૂછતું, મારું સન્માન में હાથે કરીને જવા દીધું" તો એનો કોઈ ઉપાય નથી.

બહેનોની નિવૃત્તિ જરા જુદી વાત છે. અત્યારે કારકિર્દીલક્ષી આજની પેઢી થઈ ગઈ છે. એટલે ઘરમાં જે વડિલ બહેનો છે કે જે 40-50 વર્ષથી ગૃહિણી છે. એને નિવૃત્તિ કોણ અપાવે. એમનો વિચાર પહેલા કરવો એ નાની પેઢીની બહેનોની પહેલી ફરજ છે. આવક પ્રમાણે સ્ટાફ રાખવો, એ બહાર નીકળી શકે એવી જોગવાઈ કરવી. તો એનાથી ઘરમાં વડિલો એકલા ના પડી જાય. હળીમળીને જીવવાથી ઘરનું વાતાવરણ આનંદમય રહે છે. છેલ્લે એટલું જ કહીશ કે છેવટ સુધી વહીવટનો સંપૂર્ણ Control પોતાની પાસે રાખે, એના કરતા યથા સમયે પ્રેમથી નિવૃત્ત થઈ પોતાના અનુભવની નાની મોટી વાતો વહેંચનાર નિવૃત્ત વ્યક્તિ વધારે સન્માનને પાત્ર છે. જયાબેનને મારી યાદ.

લી.
સ્મિતાના સ્નેહસ્મરણ

19

આદરણીય શ્રી જાદવજીભાઈ,
મજામાં હશો.

આપનો આ પત્રનો વિષય ખરેખર વિચાર માંગી લે એવો છે. "યે તો અસાત ચલતે"માં આપે લખ્યું છે, "આગળની ગાડી કાચબાની ગતિએ ચાલી રહી હતી અને પાછળની ગાડીવાળાભાઈ હોર્ન ઉપર હોર્ન વગાડવા છતાં આગળની ગાડીમાંથી કોઈ પ્રતિભાવ ના મળતો હોવાથી એવા તો અકળાતા હતા અને ઓચિંતુ તેમનું ધ્યાન આગળની ગાડી પાછળ લગાડેલા સ્ટીકર પર પડ્યું, 'વાહક વિકલાંગ છે, ધીમેથી હાંકો.' વાંચીને જ તેમનું મન શાંત થઈ ગયું. એટલું જ નહિ પણ પોતાના વિચારો પર પસ્તાવો થવા માંડ્યો."

આપણી આજુબાજુ કેવા કેટલાય હશે કે કોઈક ને કોઈક સમસ્યાઓથી ઘેરાયેલા હોય. બધા જ બીજાને પોતાનું દુઃખ કહી શકતા નથી. એના કારણે કોઈવાર આપણી સાથે અજુગતુ વર્તન કરી બેસે તો આપણે નારાજ થઈ જઈએ છીએ અને એમના માટે શું નું શું વિચારી લઈએ છીએ. પણ આપણે એવું કેમ ના વિચારી શકીએ કે હશે કોઈ કારણ. ખરેખર આ વિચાર અમલમાં લાવવા જેવો છે. આપણે સહુ સ્નેહી-સ્વજનો સાથે સદભાવભર્યો કે સંવેદનાસભર વ્યવહાર કેમ ના કરી શકીએ ? દરેક માણસના પોતપોતાના સંજોગો હોય છે. સામે આપણે સૌની સાથે ધીરજથી કામ લઈએ અને શાંતિથી રહીએ તો આપણું પોતાનું તથા આપણી આસપાસ વસતા સ્વજનોનું જીવન કેટલું

સૌહાદપૂર્ણ બની જાય.

ઓશોનું એક દ્રષ્ટાંત છે. આપણે હંમેશા સારા કે સાચા મિત્રની શોધમાં હોઈએ છીએ કે જે આપણને સમજી શકે. પણ એમાં ઘણું ખરું નિરાશા સાંપડે છે. એના કરતાં જો આપણે પોતે જ એક સારા માનવી (મિત્ર) બની જઈએ તો સારા મિત્રની આપણી શોધનો હંમેશ માટે અંત આવી જશે. આ તો Charity begins at home જેવું છે. જો આપણું અસ્તીત્વ જો મૈત્રીભર્યું હશે તો તે આપણને અનેક ગણી મૈત્રીથી જીવનને ભર્યું ભર્યું કરી દેશે. આપણે જેવા હોઈએ એવું જ પામતા હોઈએ છીએ. અવિશ્વાસથી પીડાઈને જીવવા કરતાં વિશ્વાસ મૂકીને જીવવું વધારે બહેતર છે. આ રીતે જીવવાથી ચોક્કસપણે વધારે સુખ-શાંતિ મળે છે. માણસોને એ જેવા હોય એવા જ સ્વીકારવાથી જીવનમાં ઉદભવતા ધર્ષણ અને અશાંતિ નિવારી શકાય છે.

લી.
સ્મિતાના સ્નેહસ્મરણ

20

આદરણીય કલમબંધુ શ્રી જાદવજીભાઈ,
મજામાં હશો.

આપનો વિવિધ પ્રતિભાવો અને સદભાવનાની સુવાસથી મનને તરબતર કરી દેતો પત્ર મળ્યો છે. આપનો આ પત્રનો વિષય છે, "જિંદગીમાં કેટલું કમાણા રે... જરા સરવાળો માંડજો..." જીવનના વ્યવહારો ચલાવવા માટે પૈસાની અનિવાર્યતા વિશે કોઈ શંકા નથી. દરેક જણે કમાવું તો પડે જ છે. પણ અત્યારના સમયમાં ભૌતિક સમૃદ્ધિ પાછળની દોડે પ્રથમ સ્થાન લઈ લીધું છે. કોણ કેટલું કમાય છે, કોની સમૃદ્ધિ વધારે છે ? મોટા ભાગના લોકો એક બીજાને મળે ને એટલે, "તમે જોયું ? પેલા ભાઈએ મસીડીઝ લીધી. આપણા તો મિત્ર થાય હં કે. એમની પાટીઓમાં મને તો આમંત્રણ હોય જ." હવે મારા જેવી કહેશે, "એમ ? કયા ભાઈ ? હું તો ઓળખતી નથી." "તમે એને નથી ઓળખતા ?" પેલો ભાઈ આશ્ચર્ય વ્યક્ત કરીને ચાલવા માંડશે.

માણસ જન્મે છે ત્યારથી જ આયુષ્ય ગણાવા માંડે છે. આપણે તો બાળપણમાં બાળપણના આનંદો મેળવવામાં અને મોટા થયા પછી ભૌતિક વહેવારોની ભાગમદોડમાં સમયનો તો ખ્યાલ જ નથી રાખતા. જ્યારે જીવનને અંત ટકોરા મારે ત્યારે સફાળા જાગીએ છીએ. જીવનની આ કમાણી સાથે સાથે પરમાર્થનો વિચાર કરવો એ સાચી કમાણી છે. સ્વયંની સાથે પરનો વિચાર કરવો, બીજાના નાનકડા સુખનું નિમિત્ત બનવું એ સાચી કમાણી છે.

આપે મુકેલી સ્ટીવ જોબ્સની મુલાકાત ભલભલાની આંખ ઉગાડી નાખે તેવી છે. સ્વાદુપિંડના કેન્સરના કારણે માત્ર 56 વર્ષની ઉંમરે સાત અબજ પાઉન્ડ મૂકીને વિદાય લઈ લીધી ત્યારે તેના છેલ્લા શબ્દો હતા: "બીમારીની આ ક્ષણે, મૃત્યુની શૈય્યા પર પડ્યાં પડ્યાં હું મારા ભૂતકાળને વાગોળું છું ત્યારે મને ખાતરી થાય છે કે મારી બધી જ સમૃદ્ધિ અને પ્રતિષ્ઠા મારી નજર સામે ઝઝૂમી રહેલા મૃત્યુ આગળ અર્થહીન છે. તમારા માટે ગાડી ચલાવવા કે પૈસા કમાવવા માટે તમે કોઈકને મહેનતાણું રોકી શકો છો, પરંતુ તમે કોઈને તમારી બીમારી ભોગવવા માટે ભાડે રાખી શકતા નથી. ભૌતિક ચીજવસ્તુ મેળવી શકાય છે, ચાલ્યુ ગયેલું જીવન કોઈ પાછું મેળવી શકતું નથી."

સ્ટીવ જોબ્સ જેવો ઈન્ટરવ્યુ થોડા સમય પહેલા 'ટાઈમ્સ'માં આપણી હિન્દી ફિલ્મોના અભિનેતા ઈર્ફાનનો પત્ર હતો. તેને પણ કેન્સર થયું છે અને લંડનમાં લોર્ડ્સના મેદાન પાસેની હોસ્પિટલમાં સારવાર લઈ રહ્યો છે એવું તેનો ઈન્ટરવ્યુ વાંચતા પ્રતીત થાય છે. ઉચ્ચકક્ષામાં આધ્યાત્મિક વિચારો એણે રજુ કર્યા છે તે મારા મન પર અસર કરી ગયા. તેના થોડા અંશો મેં લખી રાખ્યા છે તે વહેંચવાનું મન થાય છે : "હું અત્યાર સુધી એક ઝડપી ટ્રેનમાં સપનાઓ, આયોજનો અને આકાંક્ષાઓ લઈને મંઝિલ તરફ સફર કરી રહ્યો હતો. અચાનક પાછળથી ખભો થપથપાવીને કોઈએ કહ્યું, "તમારું સ્ટેશન આવી ગયું છે. ઉતરી જાઓ." ટી.સી. હતો. મેં તેને કહ્યું ના ના આ મારું ગંતવ્ય સ્થાન નથી. જવાબ મળ્યો આ જ છે. અચાનક મને અહેસાસ થયો કે તમે અફાટ સમુદ્રમાં અણધાર્યા પ્રવાહમાં તરી રહેલા બોટલના બુચ જેવા છો. જ્યારે પીડા ત્રાટકી ત્યારે મને સમજાયું કે દર્દ શું ચીજ છે ? પીડા ઈશ્વર કરતાં પણ મોટી છે. મારી હોસ્પિટલમાં સામે જ ક્રિકેટનું લોર્ડ્સનું મેદાન છે. મારા સપનાનું મેદાન પણ એને જોવા જેવું લાગ્યું કે એ દુનિયા હવે મારી નથી. હોસ્પિટલ અને મેદાન વચ્ચે માત્ર એક રસ્તો છે. જીવન મરણના ખેલ વચ્ચે પણ એક જ રસ્તો છે. હોસ્પિટલ હોય કે મેદાન એકેયમાં કશું નિશ્ચિત નથી."

મેં હિન્દીમાં એક મેસેજ વાંચ્યો હતો. जब तक रास्ते समझ आते हैं, तब तक लौटने का समय हो जाता है। यही जिंदगी है। જિંદગીમાં થોડું સત્કર્મ પણ કરીએ. આપણને બધાને જ ખબર છે મૃત્યુ બાદ કશું જ સાથે આવતું નથી. કેવળ કર્મી જ સાથે આવે છે. તો થોડું પુણ્યનું ઉપાર્જન પણ કરીએ તો પરમાત્મા સામે આંખ તો મેળવાય. નાનપણમાં દિનકરરાય કેશવલાલ વૈદ્ય 'મીન પિયાસી'ની કવિતા ભણેલા, તેની પહેલી બે પંક્તિ અને છેલ્લી ચાર પંક્તિ લખીને વિરમું છું.

"કબુતરોનું ધૂં...ધૂં...ધૂં..., કોયલ કૂજે કૂ...કૂ...કૂ...
ચકલાં ઉંતર ચૂ...ચૂ...ચૂ, છછૂંદરોનું છૂ...છૂ...છૂ...
પરમેશ્વર તો પહેલું પૂછશે, કોઈનું સુખદુઃખ પૂછ્યું'તું ?
દર્દભરી દુનિયામાં જઈને કોઈનું આંસુ લૂછ્યું'તું ?
ગેં ગેં કેં કેં કરતાં કહેશો, હેં...હેં...હેં... ! શું...શું...શું... ?
કબુતરોનું ધૂં...ધૂં...ધૂં..., કોયલ કૂજે કૂ...કૂ...કૂ..."

જયાબેનને મારી યાદ
લી.
સ્મિતાના સ્નેહસ્મરણ

21

આદરણીય કલમબંધુ શ્રી જાદવજીભાઈ,
મજામાં હશો.

પત્રશ્રેણીનો 46મો પત્ર આવકારતા આપને મન, વચન, કાયાથી મિચ્છામી દુક્કડમ પાઠવું છું. વૈશ્વિક મહામારીના સમયમાં આપ વાંચન પ્રવૃત્તિમાં પ્રવૃત રહ્યા એ વાત મને સ્પશી ગઈ. છતાં પણ સમય એકંદરે સારો ગયો. માણસોની ગેરહાજરીએ ઘણો સમય રોકી લીધો પણ હવે માણસો આવી ગયા છે.

આ પત્ર સાથે જોડાયેલો નિમિત ઓઝાનો લેખ વર્તમાન સ્વરૂપને તદ્દન અનુરૂપ પસંદ કરાયો છે. નિમિત ઓઝાનું નાનું પણ સુંદર લખાણના ઘણાં વોટ્સએપ આવતા હોય છે. બધા જ સરસ હોય છે. પ્રી-કોરોના યુગ અને પોસ્ટ-કોરોના યુગ વચ્ચે અત્યારે આપણે ઝૂલી રહ્યા છીએ એમ કહી શકાય. કારણ કે હજુ આપણે સંપૂર્ણ કોરોના-મુક્ત થયા નથી.

પ્રી-કોરોના યુગમાં આપણી જીવનની ગતિ સુપરફાસ્ટ થઈ ગઈ હતી. દરેક માણસ તમને દોડતો જ જોવા મળે. પૈસા કમાવાની દોડ, દંભી જીવન જીવવાની હોડ, જાણે પેલાએ એને ત્યાં લગ્નમાં ત્રણ ફંકશન કર્યા તો હું ચાર કરું. ભલેને પછી મારી પાસે સગવડ ના હોય. પછી ઉઘરાણીવાળા ધક્કા ખાધા કરે. છોકરાઓની બાબતમાં પણ એવું જ રહેવાનું. અધધ ફી લેનાર સાહેબને ત્યાં લાઈન લાગે પણ છોકરાને તો કોઈ પૂછે નહિં કે તારે શું કરવું છે ? પેલો એના છોકરા માટે શું કરે છે ?

મારે પણ એ જ કરવાનું છે. નહીં તો બધા શું વિચારશે.

આપણે આપણા માટે જીવવા કરતાં બીજાને દેખાડવાના દંભમાં વધારે દોડી રહ્યા હતા અને અચાનક કુદરતે બ્રેક મારી દીધી. ઈશ્વરે સ્ટેચ્યુ કહી દીધું. જોતજોતામાં આ મહામારીએ આખા વિશ્વને ભરડામાં લઈ લીધું. બધું જ સ્થગિત થઈ ગયું ત્યારે આપણને ખ્યાલ આવ્યો કે અનંત ઈચ્છાઓ, સમૃદ્ધિની ઘેલછા, દંભના મહોરા કરતા વધારે અગત્યનું છે આપણું જીવન. જીવનનું મૂલ્ય શું છે તેની અનુભૂતિ આપણને કોરોનાએ કરાવી. સ્વચ્છતા પાઠ નવેસરથી શીખવાડ્યા, સ્વાસ્થ્યને અનુરૂપ ભોજન કરતા ફરજિયાત શીખવાડ્યું. બહારના ખાવાના ચટાકા વધી ગયા હતા અને સ્વાસ્થ્ય તો ભુલાઈ ગયું હતું એમ કહીએ તો ચાલે. કુટુંબીજનોથી ખાસ કરીને નિવૃત્ત મા-બાપથી દૂર થઈ ગયા હતા, એટલે જ્યારે તેમની સાથે બેસીને જમવાનો વખત આવ્યો અને એમાં કેટલી શાંતિ મળે છે તેનો અહેસાસ પણ કોરોનાએ કરાવ્યો. લગ્નના પ્રસંગો અને મરણ બાદ રખાતા બેસણાના ખર્ચા કેટલા નિરર્થક છે એની સમજણ આપી. બાળકોના સાનિધ્યમાં કેટલો નિર્દોષ આનંદ મળે છે અને ઓછા ખર્ચામાં પણ ઘર ચાલી શકે છે એ વિચારવાનો સમય આવ્યો. આયાઓ અને જંક ફૂડની ગેરહાજરીમાં બાળકો દાદી-દાદા સાથે કેવો નિર્ભેળ આનંદ માણી શકે છે એ પણ ખ્યાલ આવ્યો. કેટલું ગણીએ ?

ડેનિસ સંસ્કૃતિનો શબ્દ 'હ્યુગા' જેનો અર્થ થાય છે 'હૂંફાળી ક્ષણો' એ ખરા અર્થમાં બધાએ માણ્યો. 'હ્યુગા'નો અંગ્રેજી અર્થ છે 'હેપીનેસ'. સુખ-આનંદ-પ્રસન્નતા એ બધી મનની અવસ્થા છે. કોઈને ચાર પાણીપુરી ખાઈને પણ આનંદ મળી જાય એ જ આનંદ કોઈને ફાઈવ-સ્ટાર હોટલમાં જમવાથી નથી મળતો કારણ કે એનો પાડોશી સેવન સ્ટાર હોટલમાં જમવા જાય છે. પણ મિત્રો, લોકડાઉનમાં આપણે એટલું તો શીખ્યા કે ઓછા ખર્ચાથી પણ જીવન તો માણી જ શકાય છે. માએ બનાવેલા સુખડી અને મગજ આપણને અત્યારના પુડિંગ અને પેસ્ટ્રી કરતા વધારે આનંદ આપે છે.

હવે જીવન પાછું સામાન્ય બનતું જાય છે. કહેવાનો અર્થ એ નથી કે પહેલા જે કરતા હતા અને ખાતા હતા એ સદંતર બંધ કરી દેવું, પણ થોડો સંયમ રાખી પ્રસન્નતા તો જાળવી શકાય છે. સૌથી હૂંફાળું તો આપણું ઘર જ છે. છેલ્લે ગુલઝારની પંક્તિઓ:

બે વજહ ઘર સે નિકલને કી જરૂરત ક્યા હૈ ?
મોત સે આંખે મિલાને કી જરૂરત ક્યા હૈ ?
સબ કો માલુમ હૈ બાહર કી હવા હૈ કાતિલ,
યું હી કાતિલ સે ઉલજને કી જરૂરત ક્યા હૈ ?
જિંદગી એક નેમત હૈ, ઉસે સંભાલ કે રખ,
કબ્રગાહો કો સજાને કી જરૂરત ક્યા હૈ ?
દિલ કે બહલા ને કો લીયે ઘર મેં વજહ હૈં કાફી,
યૂં હી ગલીયોં મેં ભટકને કી જરૂરત ક્યા હૈ ?
-ગુલઝાર

જયાબેનને મારી યાદ અને મિચ્છામી દુક્કડમ !
 લી.
સ્મિતાના સ્નેહસ્મરણ

22

આદરણીય કલમબંધુ શ્રી જાદવજીભાઈ,
મજામાં હશો.

આપનો ઈમેલ દ્વારા પત્ર મળ્યો છે. આપના પ્રત્યે આદરભાવ વ્યક્ત કરતા પ્રતિભાવો વધતા જાય છે તેનો આનંદ વ્યક્ત કરું છું. તમે નહિમાનો પણ હજી મને તમારો પત્ર મળ્યો નથી. હવે મને તમે પત્ર પોસ્ટ કરતા જ નહિ, ઈમેલમાં જ મોકલજો. આજે હું પણ ઈમેલ દ્વારા જપ્રતિભાવ મોકલું છું તમને ફાવે તો ઠીક નહિ તો ફુરિયરમાં જ મોકલીશ. ગઈકાલે તમારી ઓડિયો ક્લીપ પણ સાંભળી. સંકલ્પ વિશેસુંદર સ્પીચ છે.

આ વખતનો વિષય છેઃ આપનો આભાર. આભાર ઘણા પ્રકારના હોય છે. આપણે કોઈને પ્રશ્ન પૂછીએ અને જવાબ મળે એટલે તરતમોઢાંમાંથી નીકળી પડેઃ થેન્ક યુ. જ્ઞાનીઓ હંમેશા આપણને કહે છે, કોઈ પણ નાનકડા નિમિતનો આભાર માનો અને કોઈ ભૂલ થઈ જાયતો ક્ષમા માંગો. આભાર અને ક્ષમા જીવનને મળેલી પાંખો છે જેના થકી આપણે ઉર્ધ્વગમન કરી શકીએ છીએ. હળવા બનીને ઊડીશકીએ છીએ. સવારે ઉઠતાની સાથે જ ઈશ્વરનો આભાર માનીએ કે આજની સુંદર સવારની તે ભેટ આપી એ બદલ તારો આભાર. ઊઠીને જો બગીચામાં લટાર મારતા હોઈએ તો કેટલું સુંદર વાતાવરણ હોય છે. પક્ષીઓનો કલરવ,વક્ષોનું કર્ણમધુર સંગીત, મંદ મંદલહેરાતો પવન, વાદળા સાથે સંતાકુકડી રમતો સૂર્ય આ બધું અનુભવીને ઈશ્વરનો

આભાર માનવો જ પડે, આ સૌંદર્યવતી પ્રકૃતિનો ભાગબનવાની તક આપી એનો. આપે કુંદનિકા કાપડિયાનું સુંદર વાક્ય મુક્યું છે. જીવનના અંત સુધી બધાનો આભાર માનતા રહો. Count your blessings. આપણા મિત્રો આપણો પરિવાર કે જે આપણી સાથે જોડાઈને આપણને સમ્મૃધ્ધ બનાવે છે તેમનો ખૂબ ખૂબઆભાર.

કુંદનિકા બેનનો નાનકડો વાર્તા સંગ્રહ માણસ થવું મને બહુ જ ગમે છે. નાની નાની સુંદર વાર્તાઓ છે. જેમાં માણસ થવું વાર્તા આજના વિષય સાથે સુસંગત છે. મેં મારી ડાયરીમાં એક ફકરો લખ્યો છે પણ લેખકનું નામ નથી લખ્યું.

ભારતીય દર્શન અથવા પરંપરા અનુસાર માણસ પોતાના જીવનમાં અનેક પ્રકારના ઋણ લઈને જન્મે છે. જન્મથી મરણ સુધી આપણા ઉપર અનેક લોકો ઉપકાર કરતા હોય છે. જ્યારે આપણે આ દુનિયામાંથી વિદાય લઈએ છીએ ત્યારે અંતિમ યાત્રા વખતે પણ સ્મશાને પહોંચવા ચાર ખભાની જરૂર પડે છે. એના પરથી આપણે સમજી લેવું જોઈએ કે દુનિયામાં બીજા લોકોનો સહયોગ તથા સહાયતા કેટલા જરૂરી છે. આપણું જીવન બીજાઓના સહયોગ અને સહકારથી ચાલતુ હોવાથી આપણે તેમનો આભાર તો મનવો જ જોઈએ.

જે પરમાત્માએ આપણને શ્રેષ્ઠ માનવ જન્મ આપ્યો છે અને આપણી સુખાકારી માટે તમામ વ્યવસ્થા કરી છે તે બદલ આપણે દરરોજ સવારે ઊઠીને અને રાત્રે સુતી વખતે પરમાત્માનો આભાર પણ માનવો જ જોઈએ. આભાર.

જયાબેનને મારી યાદ. તેઓ મજામાં હશે.
 લી. સ્મિતાના સ્નેહસ્મરણ

23

આદરણીય કલમબંધુ શ્રી જાદવજીભાઈ,
મજામાં હશો.

આપનો પત્રશ્રેણીનો ૫૬મો પત્ર ઈમેઈલ દ્વારા મળ્યો છે. વાંચીને ખુશીથી, હકારાત્મકતાથી મન ભરાઈ જાય છે. આપના પ્રતિભાવના પુસ્તકવિશે જાણીને ગર્વ અનુભવું છું. હવે તો કદાચ ત્રીજુ પુસ્તક થાય એટલા પ્રતિભાવો તો થઈ જ ગયા હશે. હમણાં તો આપ તીથલમાં નિવૃત્તિની મજા માણી રહ્યાં છો એવું ફેસબુકની પોસ્ટ ઉપરથી લાગે છે.

વોટ્સએપ ઉપર ફરતી આપની દ્રષ્ટાંત કથાથી ભાગ્યે જ કોઈ અપરિચિત હશે. અહીં જે બહેનોની વાત છે તેવી જ બે ભાઈઓની પણ વાત આવતી હોય છે. એની પ્રથમ લાઈન છે: બે મિત્રો ઘણાં વર્ષો પછી એક ગાર્ડનમાં મળ્યા. જોકે આ વાત અહીં મુખ્યનથી. મુખ્ય વાત તો કોઈપણ બાબતમાંથી સારું ગ્રહણ કરવાની વાત છે. આપણે જે પણ વાંચવાનું આવે તે ઝડપથી વાંચી નાખીએ છીએ અને એક અંગુઠો બતાવીને ભૂલી જઈએ છીએ. પણ જ્યારે તેને મૂલવવાનું આવે ત્યારે મન થંભી જાય છે અને બે ઘડી વિચાર કરે છે. આજ છે હકારાત્મકતાનું પાસું. સાચી વાત તો એ છે કે રોજિંદી ઘટમાળમાં ફસાઈ ગયેલા આપણે એકાદ બે આધાત આવતા નકારાત્મકતા કેળવી લઈએ છીએ અને મન ફરિયાદી બની જાય છે. એમાં પછી સારી કે હકારાત્મક વાત પણ આપણને સ્પર્શતી નથી. જીવન એક જ ઘરેડમાં ચાલે છે એમ લાગ્યા કરે. આ લગભગ બધાની સમસ્યા છે. બહુ થોડાં આમાં નિશ

જેવા અપવાદ હોય છે જે દીપા જેવી અનેકને કલ્યાણ મિત્ર બનીને હકારાત્મક અભિગમમાં લાવી શકે છે.

આપણા સૌની અંદર ખૂબ સુંદર લાગણીઓ પણ પડી હોય છે પણ સમયના અભાવે આપણે તેને ઓળખીને માણી શકતા નથી. મનમાં ખુશી અને ગમ ઠલવાયા કરે છે એમાં ખુશીની ક્ષણો ઓછી હોવાથી જુદી તરી આવીને આપણને સ્પર્શી શકતી નથી. એના માટે આપણે શું કરી શકીએ એવો પ્રશ્ન થાય. પણ એનો ઉપાય છે. આપણે દિવસના ચોવીસ કલાકમાંથી ફક્ત દસ મિનિટનો સમય આપણે આપણા પોતાના માટે કાઢવાનો છે. પછી ભલેને એ ઘરનો હીંચકો હોય કે બારી કે પછી જો ચાલવા જતા હોઈએ તો ગાર્ડનના બાંકડા પર શાંતિથી બેસવાનું છે. શરત એટલી કે આપણું મન શાંત હોવું જોઈએ. જો શાંત મનથી વિચારીશું તો ખ્યાલ આવશે કે કેટલી બધી સુખદ ક્ષણો પસાર થઈ ગઈ છે જેને આપણે માણી શક્યા નથી. એ ક્યારે પસાર થઈ ગઈ આપણને ખબર પણ પડી નહિ.

આ માણવા જેવી વાત એટલે હકારાત્મકતા. આવી એક વાત મનની સપાટી પર લાવીને માણીશું તો મન ખુશ રહેશે અને આવી નાની નાની અઢળક ખુશીઓ દોડતી આવીને આપણને વીંટળાઈ જશે. આપણે કોઈક વાર બહાર ગયા હોઈએ અને કોઈ આપણી સાડી કે ડ્રેસના વખાણ કરે તો આપણે કેટલા ખુશ થઈ જઈએ છીએ. આપણને પણ સામી વ્યક્તિના પર્સ કે ઘડિયાળના વખાણ કરવાનું મન થશે. એ પણ ખુશ થઈને બીજા ચાર જણને ખુશ કરશે અને એ જ આપણે પણ કરીશું. આમ આપણે હકારાત્મકતા પ્રસરાવીશું તો જીવન આનંદમય અને હળવું રહેશે. આપણી હકારાત્મકતાનો સ્રોત આપણું પોતાનું આનંદમય જીવન છે. જયાબેન મજામાં હશે. એમને પણ તમારી સાથે જોઉં છું. મારી યાદ આપશો.

લી. સ્મિતના સ્નેહ સ્મરણ

24

આદરણીય કલમબંધુ શ્રી જાદવજીભાઈ,

આપનો પત્રશ્રેણીનો 57મો પત્ર મળ્યો છે. પ્રતિભાવો વાંચતાં જ સકારાત્મક વાતાવરણ સર્જાઈ જાય છે. ખૂબ મજા આવે છે, પ્રતિભાવો વાંચવાની. આ પત્રનો આપનો વિષય છે સ્વીકાર ભાવ. સ્વીકારભાવ- નામ વાંચતા જ અસંખ્ય ઉદાહરણો આંખ સામે આવી ગયા. પત્રની શરુઆત જ સુંદર રીતે થઈ છે. તમારી વાત એકદમ સાચી છે. કોઈ માણસ ગુસ્સાવાળો હોય તો એની સામે ગુસ્સો કરવા કરતાંએનો સ્વભાવ સ્વીકારી લઈશું તો દુઃખ નહિ થાય.. એમ જ થશે કે જવા દો, રોજનું છે.

આપણે દુનિયાને બદલી શકતા નથી પરંતુ આપણી પોતાની જાતને ચોક્કસ કેળવી શકીએ છીએ, સ્વીકારભાવ અપનાવતા. આપણું જીવન ઘણી અગવડો અને પીડાઓથી ભરેલું છે. સમાજમાં પણ ઘણી વિષમતાઓ અને ખામીઓ છે તે બધાનો ઈલાજ આપણા માટે શક્ય નથી. પરંતુ જો રસ્તા પર સતત કાંકરા વાગતા રહે તો આખા રસ્તા પર ગાલીય પાથરવાનો વિચાર કર્યાં કરતાં પગમાં જૂતા પહેરીલે વાતે સ્વીકારભાવ છે. રેઈનહોલ્ડ નેઈલ લહરની આ પ્રાર્થના આપણે અંતરમાં કોતરી રાખવી જોઈએ. "હે ઈશ્વર જેને બદલી શકાય તેમ ના હોય તેનો સ્વીકાર કરવાની સ્વસ્થતા, જેને બદલી શકાય તેમ હોય તેને બદલવાની હિંમત અને એ બે વચ્ચેનો ભેદ પારખી શકવાનું ડહાપણ તું અમને આપજે." મેં એક નાનકડી પુસ્તિકામાં એક અદભૂત દ્રષ્ટાંત

વાંચ્યું હતું. એનું શિર્ષક હતું, "જીવન આપણી પસંદગીની બાબત છે." પસંદગીનો બીજો અર્થ થાય છે સ્વીકારભાવ.

એક જેરી નામનો માણસ લેખક સાથે કામ કરતો હતો. એ હંમેશાં ખુશ જ રહેતો. પરાણે વહાલો લાગે એવો માણસ હતો. દરેક બાબતમાં તેને સારું જ દેખાય. એક દિવસ લેખક જેરીને પૂછે છે, "મને સમજાતું નથી કે તું હંમેશાં ખુશ કેવી રીતે રહી શકે છે ?" જેરી જવાબ આપે છે,

"હું રોજ સવારે ઊઠીને મારી જાતને પૂછું છું જેરી, તારી પાસે બે પસંદગીઓ છે: કાં તો સારા મુડમાં આખો દિવસ રહેવું અથવા તો ખરાબ મુડમાં. અને હંમેશાં હું સારા મૂડમાં જ રહેવાનું પસંદ કરું છું." જીવન એટલે જ ડગલે ને પગલે પસંદગીઓ. આપણી પાસે પસંદગીના બે રસ્તા છે એક તો વિરોધ કરીને ક્રોધ કરવો અને બીજો શાંતિપૂર્વક તે જ પરિસ્થિતિનો સ્વીકાર કરવો. મનની શાંતિ આપણને ત્યારે જ મળે છે જ્યારે આપણે માણસો તથા પરિસ્થિતિ જેવા હોય તેવા જ સ્વીકારીએ. જીવનમાં સ્વીકારભાવ કેળવવો એ બહુ મોટી તપશ્ચર્યા છે. ઓશોને કોઈએ પૂછેલું કે તમારો મૂળ સંદેશ શું છે ? એના જવાબમાં એમણે કહેલું મારો સંદેશ તો નાનો એવો છે - આનંદથી જીવો અને જીવનને એના સમસ્ત રંગો સાથે જીવો. કશાનો નિષેધ ના કરો... અને જ્યારે તમે સમગ્રનો સ્વીકાર કરીને આનંદથી જીવવા લાગો છો ત્યારે તમારી અંદર આપમેળે જ એક રૂપાન્તરણ પ્રક્રિયા થાય છે-ક્રોધ કરુણા બની જાય છે, કામ રામ બની જાય છે અને તમારી અંદરના કાંટા ફૂલ બનીને ખીલવા લાગે છે. (ગાગરમાં સાગર) બસ, અહીં વિરામ આપું છું. જયાબેનને મારી યાદ. હમણાં થોડા દિવસ પહેલા તમારી 50મી લગ્ન તિથિ હતી તે નિમિત્તે અઢળક શુભેચ્છાઓ.

લી. સ્મિતાના સ્નેહ

25

આદરણીય કલમબંધુ શ્રી જાદવજીભાઈ,

આપનો પ્રેરણાત્મક પત્ર પત્રશ્રેણી-૫૮ મળે થોડા દિવસ થયા મળ્યો છે. હમણાં થોડી વ્યસ્તતા અને નબળા સ્વાસ્થ્યના કારણે પ્રતિભાવ આપવાનું ચૂકી જવાયું અને આપનું યાદ કરાવવું એ બદલ આભાર સાથે ક્ષમા પણ માંગી લઉં છું. આપના સકારાત્મક પ્રતિભાવોનું સરોવર છલકાતું જાય છે એમ કહેવા કરતા ઊભરાતું જાય છે એમ કહેવું વધારે યોગ્ય છે. મને આજે ફરીથી દસ પાનાનો પ્રતિભાવવાંચતા અધી કલાક થયો. બધા જ પ્રતિભાવો સુંદર રીતે લખાયેલા છે પણ અમુક તો એટલા વિશિષ્ટ છે કે એકવાર વાંચી લીધા પછી બીજીવાર વાંચવાનું મન થાય. ખરેખર! પ્રેરણાત્મક સુવિચારોના ફૂલોથી ભરેલી છાબ મને મળેલી સર્વોત્તમ ભેટ છે.

સંતોષની પરાકાષ્ઠા શિર્ષક નીચે લખાયેલો પ્રસંગ અદભૂત છે. સાચું કહું તો બે-ત્રણ વાર વાંચવામાં પણ આવ્યો છે. પણઆજે પ્રતિભાવ લખવા બેઠી એટલે વિચારો ઊમટી પડ્યા પણ હવે મને મારું લખાણ રીપીટ થવાની બીક લાગે છે. પ્રસ્તુત ઘટનામાં સંતોષની પરાકાષ્ઠા તો છે જ પણ હમણાં હમણાં અનુભવેલા બે વિચારો શેર કરું છું. મેં હમણાં જ ક્યાંક વાંચેલું Happiness is our Responsibility. કેટલી સાચી વાત છે. ખુશ રહેવું, આનંદ લૂંટવો એ તો વ્યક્તિના પોતાના જ હાથમાં છે. માનવ સ્વભાવ હંમેશા પારકા ભાણે મોટો લાડુ જ જુએ છે અને ઈર્ષ્યા અને દ્વેષથી ભગવાનને ફરિયાદ જ કરતો રહે છે. મોટા ભાગના માણસો પોતાના ભાગે આવતો આનંદ કે ખુશી,"બસ આટલું જ? પેલા પાસે તો

આટલું બધું છે.” એમ વિચારીને વેડફી નાંખે છે.

આ નિદીષ શર્ટ વગરના બાળકનો ઉત્સાહભેર જવાબ સાંભળીને તાજેતરમાં જ ટી.વી. પરજોયેલી સત્ય ઘટના પર આધારિત ફિલ્મ ૧૨મી ફેઈલ યાદ આવી. આ ફિલ્મના નાયકની કથા બાળપણથી જ શરુ થાય છે. બાળપણથી એના ધ્યેય સુધી પહોંચવામાં કેટલો સંઘર્ષ કર્યો એ તો પ્રેરણાત્મક તો છે જ પણ આ બાળકની સચ્ચાઈ અને નિષ્ઠા બાળપણના એક બે પ્રસંગોમાં જવ્યક્ત થાય છે. સૌથી મોટી વાત આ બાળકમાં એ છે કે એને પોતાની જાત માટે જરાય નાનમ(શરમ) નથી. એ બધા જ સાથે પોતાનામનની વાત એ જ રીતે વ્યક્ત કરી શકે છે જે રીતે આ શર્ટ વગરના બાળકે પેલા ભાઈને જવાબ આપ્યો.

સાર એટલો જ કે પોતાની જાત ને પ્રેમ કરો. પોતાના અસ્તિત્વનો સ્વીકાર કરો કે જે ઈશ્વરે આપ્યું છે. આપણને જે મળ્યું છે તેને માણીએ, જે નથી મળ્યું એનો વિચાર જ શા માટે કરવો? એકવાર આપણી અંદર રહેલા આનંદને માણતા આવડી જાય પછી કોઈની તાકાત નથી કે આપણને નીચા પાડી શકે. જાણીતી પંક્તિ:

ખુદ કો કર બુલંદ ઈતના કી તકદીર લીખને સે પહેલે ખુદ હી તુઝે પૂછે, બોલ તેરી રઝા ક્યા છે? જયાબેનને મારી યાદ.

લી. સ્મિતાના સ્નેહસ્મરણ.

26

આદરણીય કલમબંધુ જાદવજીભાઈ,

આપના પ્રતિભાવો વધતા જાય છે. જો કે વાંચવાની ખૂબ મજા આવે છે. પણ જો થોડા દિવસ થઈ ગયા પછી લખવા બેસું એટલે અછડતો ઉલ્લેખ કરીને સીધી લખવા બેસી જાઉં છું. પત્ર નંબર 61 માં વડોદરા ના શ્રીશાંતિભાઈ ગઢિયાએ મોકલેલી બોધ કથા વિશે બધાના મંતવ્યો વાંચ્યા તો નવાઈ લાગી. મારા મનમાં જ રહ્યું નહોતું ફરીથી પત્ર નંબર 60 ખોલીને જોયું અને વાંચ્યું. સારું લખી શકી હોત પણ ક્ષમા માંગુ છું.

આ મેઈલ ગઈકાલે મળ્યો એવું જ મનમાં બે વસ્તુઓ ક્લિક થઈ એટલે આજે જ લખવા બેસી ગઈ. તમામ પ્રતિભાવો મોકલનારને મારા વંદન! ખૂબ જાણવાનું મળે છે. હું એક વાત કહેવાનો ભૂલી જાઉં છું આપણા ગ્રુપમાં રોહિત ખીમચંદભાઈ કાપડિયા ના પણ પ્રતિભાવ આવતા હોય છે તેઓ એક બીજા ગ્રુપમાં મારી સાથે છે. આશરે છ-સાત મહિના પહેલા મુંબઈમાં રહેતા નીતાબેન કોટેચાના એક નવલકથાના પ્રોજેક્ટમાં હું દાખલ થઈ છું. એમાં આઠ જણ સહિયારી નવલકથાલખે છે એમનો પરિચય વાંચો ત્યારે મેં પૂછેલું કે તમે જાદવજીભાઈની પત્ર શ્રેણીમાં છો ને તો તેમણે હા પાડેલી. હવે આ છે મારો ટૂંકો અને ટચ પ્રતિભાવ. હકારાત્મક દ્રષ્ટિકોણની વાત કરતા પહેલા હકારાત્મકતાની વ્યાખ્યા જોઈએ. હકારાત્મકતા એટલે મગજમાંથી નકારાત્મક વિચારો હાંકી કાઢીને સકારાત્મક પરિણામની આશા રાખવી. બધું સારું જ થશે એવી આશા સેવવી. જે પણ સંજોગો હોય તેને હસતા મોઢે સ્વીકારી

લેવા તેને હકારાત્મકતા કહેવાય છે. તમે 75 વર્ષના તમારા મિત્ર દંપત્તિનું દ્રષ્ટાંત આપ્યું છે તે વાંચીને મને મારો જીવન પ્રસંગ યાદ આલેખવાનું મન થાય છે. આજથી 37 વર્ષ પહેલાં મારા પતિ પિનાકીનને હાર્ટ એટેક આવેલો. એકદમ પાતળું શરીર અને 40 વર્ષની ઉંમર! એકદમ નવાઈ જેવી વાત એટલે હતી કે એ સમયે એટલા બધા હાર્ટ એટેક આવતા નહોતા. અમદાવાદની એક જ હોસ્પિટલ વી.એસ.માં I.C.C.U. હતું. ઓપરેશન કરાવવા તો મુંબઈ કે મદ્રાસ જવું પડે.

જીવન વહ્યાં કરે જળની જેમ...
આપણે રહીએ કમળની જેમ...

કમળનો જન્મ થાય છે સરોવરના કાદવમાં. છતાં ય નાતો એને જળ સ્પર્શે છે, ના તો એને કાદવ. આ છે એની અલિપ્તતા! આપણે સંસારના સરોવરમાં જ રહીએ પણ અલિપ્ત થઈને સાક્ષીભાવે જીવીએ. મોહ, માયા, પરિગ્રહ કશું જ સ્પર્શે નહિ તેનું ધ્યાન રાખીએ એ બહુમોટી વાત છે. ખોટી અપેક્ષા રાખવી નહિ. એના માટેવૃક્ષ જેવા બનીએ. પ્રેમ એ જીવનનું સત્ય છે. સ્થિર અને છલોછલ પ્રેમ જીવનવૃક્ષને પોષે છે. જે રીતે વૃક્ષના પાંદડેપાંદડે ડાળીએ ડાળીએ જીનવરસ ભરેલો હોય તેવી રીતે આપણા જીવનમાં પણ પ્રેમરસ ભરેલો હોવો જોઈએ જેવી રીતે વૃક્ષ કોઈપણ જાતની અપેક્ષા વગર ફળ, ફૂલ, છાંયડો, લાકડું આપે જ છે બદલામાં કોઈ અપેક્ષાનથી અને સમય આવે આખું ખાલી થઈ જાય છે. (પાનખર) પછી નવી ફૂંપળ, નવા પાન, નવા ફળ એમ નવેસરથી નવજીવનને વિકસવા માટે નવી સંભાવના ઊભી કરે છે તેવી રીતે આપણે પણ આવનાર પેઢીને વિકસવાની તક આપીએ.

આપણાં સંતાનો સાથેના સંબંધ વિશે એક સુધા મૂર્તિનો લેખ મેં વાંચ્યો હતો તે જીવનમાં ઉતારવા જેવો છે. તેઓ લખે છે તેમનો દીકરો જ્યારે ગ્રેડ્યુએટ થયો ત્યારે તેમણે તેને આગળ ભણવા ફોરેન મોકલ્યો. જ્યારે તેની સાથે વાત થાય ત્યારે ત્યારે હંમેશા ફરિયાદ કરે કે અમ્મા તુ બહુ યાદ આવે છે તારી રસોઈ પણ બહુ યાદ આવે છે. જ્યારે વેકેશનમાં

ઘેર આવે ત્યારે વાનગીઓનું મોટું લીસ્ટ મોકલે. અને તેઓ બનાવતા પણ ખરા. થોડા વર્ષો પછી ભણીને ઘેર આવ્યો પછી એ લોકોએ તેના લગ્ન કરાવી આપ્યા અને જૂદ્દ ઘર લઈ આપ્યુ. હવે એનેમા યાદ આવતી નહોતી પણ માને યાદ આવતો. તેઓ જ્યારે ફોન કરે ત્યારે કહે ઓહ અમ્મા બહુ કામ રહે છે. તારે શું કામ હતું. કોઈક વાર દીકરાને જમવા બોલાવે અને એને ગમતી વાનગી બનાવે તો એને નવાઈ લાગતી. પછી સુધાજીને ખ્યાલ આવ્યો કે હવે દીકરાની પ્રાથમિકતાઓ બદલાઈ ગઈ છે. એમણે બધા માબાપને સલાહ આપી છે કે તમારા સંતાનોને એમની રીતે મોટા થાય પછી જીવવા દો. એમના જીવનમાં અન્ય વ્યક્તિનો પણ સમાવેશ થયો છે તેનો સ્વીકાર કરો. વધતી ઉંમર સાથે ઈમોશનલ એટેચમેન્ટ પણ ઓછું કરવું જોઈએ. આપણી પાસે એવી કેટલીય વસ્તુઓ પડી હોય છે કે જે હવે આપણાં કામની હોતી નથી. સાચું કહું તો ઘરની વ્યક્તિ જેમ કે દીકરો અથવા વહુને જ સોંપી દેવું જોઈએ કે તમને ઠીક લાગે તેમ કરજો, તેમાં જ આપણું સન્માન જળવાય છે અને ઘરમાં સુમેળ રહે છે અને શાંતિથી સ્થિર ચિત્તે જીવવાની ટેવ પડે છે. કોઈના પણ જીવનમાં દખલ કરવી નહિ અને સલાહ આપવી નહિ. સોક્રેટિસ એક સરસ વાત કહી ગયા છે. એક વિશાળ કુટુંબના વડીલ હંમેશા ખુશ જ હોય, એમના મોઢા પર કોઈ જાતનો તણાવ જોવા મળે નહિ. એક વ્યક્તિએ એમને પૂછ્યું કે આટલા મોટા કુટુંબના તમે વડીલ હોવા છતાં આટલા ખુશ કેવી રીતે રહી શકો છો? આટલા બધા સભ્યોમાં તમને ક્યારેય કોઈનાથી મનદુ:ખ નથી થતું? એમણે હસીને જવાબ આપ્યો કે હું ક્યારેય કોઈનામાં દખલ કરતો નથી અને કોઈને વણમાગી સલાહ આપતો નથી. જ્યારે કોઈ મને પૂછે તો સલાહ આપીને બાદમાં એણે તેનો અમલ કર્યો કે નહિ તે જાણવાની પરવા કરતો નથી. કેટલું સુંદર!

સકારાત્મકતા માટે કુંદનિકા કાપડિયાની "પરમ સમીપે"માંથી એક પ્રાર્થના મને બહુ ગમે છે, તે હું અહીંયાં મુકું છું :

હે પ્રભુ !
સંજોગો વિકટ હોય ત્યારે,
સુંદર રીતે, કેમ જીવવું તે મને શીખવ.

બધી બાબતો અવળી પડતી હોય ત્યારે,
હાસ્ય અને આનંદ કેમ ન ગુમાવવા તે મને શીખવ.
પરિસ્થિતિ ગુસ્સો પ્રેરે તેવી હોય,
ત્યારે શાંતિ કેમ રાખવી તે મને શીખવ.
કામ અતિશય મુશ્કેલ લાગતું હોય ત્યારે,
ખંતથી તેમાં લાગ્યા કેમ રહેવું તે મને શીખવ.
કઠોર ટીક ને નિંદાનો વરસાદ વરસે ત્યારે,
તેમાંથી મારા ખપનું ગ્રહણ કેમ કરી લેવું તે મને શીખવ.
પ્રલોભનો, પ્રશંસા,ખુશામતની વચ્ચે,
તટસ્થ કેમ રહેવું, તે મને શીખવ.
પ્રલોભનો, પ્રશંસા,ખુશામતની વચ્ચે,
તટસ્થ કેમ રહેવું, તે મને શીખવ.
ચારે બાજુથી મુશ્કેલીઓ ઘેરી વળે,
શ્રધ્ધા ડગુમગુ થઈ જાય,
નિરાશાની ગર્તામાં મન ડૂબી જાય,
ત્યારે ધૈર્ય અને શાંતિથી તારી કૃપાની પ્રતીક્ષા,
કેમ કરવી તે મને શીખવ.

અહીંયાં વિરમું છું. જયાબેન મજામાં હશે. તેમને મારી યાદ.
ली. સ્મિતાના સ્નેહ સ્મરણ

27

આદરણીય કલમબંધુ શ્રી જાદવજીભાઈ,
મજામાં હશો.

આપનો પત્ર હાથમાં આવતા જ મન ગદગદિત થઈ ગયું હતું. સૌ પ્રથમ તો આપનો આભાર માનું છું કે, પત્રના પ્રતિભાવમાં સુવિચારોનાઆદાન-પ્રદાન પર રચાયેલી આપણી મૈત્રીના સેતુરૂપ में નિજાનંદ માટે લખેલ કાવ્ય મોકલ્યું હતું, જેને તમે રત્નોના પૂંજ સમી આ પત્રશ્રેણીમાં તેને સ્થાન આપ્યું છે અને અતિસુંદર વિવેચન આપના હસ્તે થયું છે. આ કાવ્ય પત્રશ્રેણીના તમામ મિત્રો માણશે તે વિચારથી જમન ભાવવિભોર બની જાય છે. તમારો આભાર માનવા મારી પાસે શબ્દો નથી. પણ તમારા વ્યક્તિ માટે में એક SMS વાંચ્યો હતો તેયાદ આવે છે :

Some people are like perfume shop
if we go to the shop and don't buy
perfume, even than we are filled
with fragrance.

તમારું વ્યક્તિત્વ બરાબર આ જ વ્યાખ્યામાં બેસે છે. તમારો પત્ર વાંચીને મન પ્રફૂલ્લિત થઈને સકારાત્મકતાની સુવાસથી ભરાઈ ના જાય તો જ નવાઈ. નિરપેક્ષભાવે ઉછરતા મૈત્રી-સંબંધોને પડછાયા સાથે ના સરખાવતા, મધ્યાહનના સૂર્ય સાથે સરખાવીએ તો કેવું ? મધ્યાહન એટલે મધ્યસ્થ ભાવ ! ના વધારે ના ઓછો છતાં પૂર્ણરીતે

તપતા સૂર્યની જેમ ઝળાહળા. ગત મે મહિનામાં અમદાવાદમાં ઈન્ડોલોજી દ્વારા યોજાયેલી શ્રી સિદ્ધર્ષિગણિ રચિત 'ઉપમિતિ ભવપ્રપંચા કથા'ની આઠ દિવસની શિબિર ભરી હતી. મેં ખાસ શિબિરો ભરી નથી. આ પ્રથમ શિબિર ભરી. બધાને અઘરી લાગતી હતી. મને મળેલા જ્ઞાનને સરળ ભાષામાં બધાને વહેંચવાનું મન થયું. વ્યાખ્યાનમાં તો લખ્યું જ હતું અને શ્રી મોતીચંદ ગીરધરલાલ કાપડિયાએ Original સંસ્કૃત ગ્રંથમાંથી કરેલા ગુજરાતી અનુવાદના ગ્રંથો મેળવેલા અને ટૂંકસાર તૈયાર કરેલો જે શિબિરના સંચાલક શ્રી જીતુભાઈ શાહે વાંચીને પુસ્તિકા કરવાની અનુમતિ આપેલી અને પ્રસ્તાવના પણ લખી આપી છે તે પુસ્તિકા તમને મોકલતા આનંદ અનુભવું છું. આશા રાખું છું કે આપને ગમશે.

જયાબેનને મારી યાદ.
લી. સ્મિતાના સ્નેહસ્મરણ

28

આદરણીય કલમબંધુ જાદવજીભાઈ,

આજે મેઈલ લખવા બેઠી પણ મેઈલ ડાઉનલોડ થાય જ નહિ. પહેલા તો ખાસ્સી મહેનત કરી પછી ગભરાટમાં આવીને લખી નાંખ્યું. પછી તો જમવાના સમયમાં વ્યસ્ત થઈ ગઈ. રાત્રે 10 વાગ્યે સુતા પહેલા લેપટોપમાં ફરીથી ટ્રાય કર્યું ત્યારે ખુલી ગયું. મને એવું તો યાદ હતું કે પત્રની શરુઆતમાં કંઈક સુંદર લખેલું હતું પણ શું સુંદર તે યાદ નહોતું. તમે પત્રની શરુઆત અયોધ્યાના રામ મંદિરના ઉલ્લેખથી કરી છે. એ જ મને ખૂબ ગમેલું. રામ તો કેવળ રામ ના કહેવાય રામ આપણી સંસ્કૃતિ છે, આપણો આદર્શ છે. મર્યાદા એટલે રામ, સત્ય એટલે રામ અને આપણો આત્મા એટલે પણ રામ. એ રામના મંદિર માટે ૭૫ વર્ષમાં કાંઈ ના થયું એ મોદીના સમયમાં થયું એ આપણી ઉપલબ્ધિ તો કહેવાય જ. યોગાનુયોગ એવો છે કે સોની ટી.વી. પર થોડા સમયથી શ્રીમદ્ રામાયણ ચાલુ થઈ છે. એ જોવા બેસો એટલે કંઈક તો નાનો નાનો સુંદર સંદેશ મળે છે. અને રામનું પાત્ર ભજવતા અભિનેતાને જોઉં ત્યારે મનને થાય છે કે આ અભિનેતા નથી પણ ખરેખર ઉપરથી ઉતરી આવેલા રામ છે.

તે સિવાય પણ પ્રતિભાવો પણ ખૂબ જ રસપ્રદ અને માણવા જેવા છે. રામની જેમ "સંતોષની પરાકાષ્ઠામાં નાનો બાળક ખુશ રહેવામાં રામને અતિક્રમી ગયો છે. સંતોષ તમને ક્યારે હોય? જ્યાં સંતોષ હોય ત્યાં કોઈ અપેક્ષા, ઈર્ષા, હરિફાઈ, ફરિયાદ ના હોય. નિજાનંદ એટલે

શુધ્ધ આત્માનું પરમાત્મા સાથે જોડાણ. રત્નત્રયી ટ્રસ્ટના ટ્રસ્ટીનો પત્ર પણ તમારા માટે સચોટ વિશેષણ વાપરે છે. સાહિત્ય ક્ષેત્રે અમૂલ્ય યોગદાન આપીને અંતરમાં સમૃદ્ધ કરવાનો પ્રયત્ન તમે કરો છો. ઘણાંના મનમાં કડવાશના બદલે મીઠાશ રોપવાનું ભગીરથ કામ આપના દ્વારા થાય છે તે અમૂલ્ય છે. જો કે બધા જ પત્ર મિત્રોના પ્રતિભાવ પ્રેમની સરિતા જેવા છે. તેનું વહેણ જુદું પાડી શકાય નહિ.

આપની પહેલી વાત છે ઈશ્વરનો આભાર માનવાની. થોડા સમય પહેલા ડો. નિમિત ઓઝાનો એક મેસેજ વાંચ્યો હતો," જિંદગી તને થેન્ક યુ." અત્યારે મળ્યો તો નહિ પણ લગભગ સમાન અર્થ ધરાવે છે. જિંદગી અને ઈશ્વર એક સિક્કાની બે બાજુ છે. દરેકનો આત્મા પરમાત્માનો અંશ છે. વાતાવરણ અને ઉછેરથી આત્મા પર જુદા જુદા સંસ્કાર પડે છે. એટલે વિશ્વના મોટા ભાગના લોકો ઈશ્વરનો આભાર માની શકતા નથી, ફરિયાદ જ કરતા હોય છે. જીવનમાં એ જ શીખવાનું છે કે ગમેતેવી નબળી પરિસ્થિતિ ઊભી થાય તો પણ ફરિયાદ ના કરવી જોઈએ. હંમેશાં કૃતજ્ઞભાવ રાખવો જોઈએ. આપણા કર્મી પ્રમાણે સંજોગો સર્જાય છે પણ તેની કૃપાથી ટળી પણ જાય છે.

દરરોજ એક સુંદર સવારે આપણે આંખ ખોલીએ છીએ અને નવા દિવસનો પ્રારંભ થાય છે, આપણે આભાર માનીએ છીએ? આપણને કોઈ સફલતા મળે તો તરત આપણો અહં પોરસાઈ જાય છે કે આપણે કેટલા હોશિયાર છીએ. આપણને હોશિયારી બક્ષનાર ઈશ્વરનો આભાર માનીએ છીએ? આપણી આર્થિક પરિસ્થિતિ પ્રમાણમાં સારી છે, સુંદર ઘર છે, પત્ની છે, બાળકો છે, બહાર જવા આવવા માટે ગાડી છે સ્કૂટર છે નોકર માટે સાયકલ છે આપણે આભાર માનીએ છીએ? આપણું અસંતોષી મન તો ફરિયાદ જ કરશે સામેવાળાને ત્યાં તો બે ગાડી છે, મારે ત્યાં ક્યારે આવશે? ભલા માણસ જે છે તેમાં ખુશ રહે. બિચારા ઘણાં પાસે તો એટલું પણ નથી હોતું. ચાલો આજથી જ જે નાની નાની ખુશીઓ મળી છે તેનો આભાર માનતા શીખીએ. આભાર માનવાથી સકારાત્મક વિચારો આવશે અને મન ખુશ રહેશે. કવિતાની એક પંક્તિ મને બહુ ગમે છે તે ટાંકું છું:

ત્રણ વાના મુજને મળ્યાં, હૈયું મસ્તક હાથ,
બહુ દઈ દીધું નાથ! જા ચોથું નથી માંગવું.
ઉમાશંકર જોશી

બીજો વિષય છે: આયખાનું સરવૈયું. એમાં લગભગ બધા સુંદર મુદ્દાઓ આવી જ ગયા છે. આયખું એટલે આપણું જીવન! એનું સરવૈયું ના કાઢવું પડે એવું પરિપક્વ જીવન જીવવા માટે ઓશોનું એક દ્રષ્ટાંત મને બહુ ગમે છે, મારે પણ એ જ કહેવું છે. જીવન જીવવા માટે છે, કશુંક પામવા, કશુંક વહેંચવા માટે છે. જીવન વેડફી દેવા માટે નથી. ઓશો કહે છે," જીવન એક પાઠશાળા છે. આ જીવન તો તમે પરિપક્વ થાઓ એટલા માટે છે. આ જીવનમાં સુખદુઃખ,પીડાઓ, આનંદ જે કાંઈ છે તે આપણને સજાગ રાખવા માટે છે, આપણને કંઈક શીખવવા માટે છે.

તમે જોયું હશે કુંભાર ઘડો બનાવે છે ત્યારે એક હાથ અંદર અને એક હાથ બહાર રાખે છે. ચાક પર ઘડો ફરતો રહે છે, ઘડો તૈયાર થાય એટલે કુંભાર થપેડા મારવાનું બંધ કરે છે અને ઘડાને પકવવા અગ્નિમાં નાંખે છે. જ્યારે ઘડો પાકો થઈ જાય છે પછી ના તો તેને થપેડા મારવાની જરુર છે ના તો અગ્નિમાં નાંખવાની જરુર છે. સંસારમાં તમે જ્યારે પાકી જશો ત્યારે પરમાત્માનો પરમરસ તમારામાં ભરાઈ જશે. પછી કોઈ જરુરત નહિ રહે…"

મારે આમાં થોડું ઉમેરવું છે. સમય આપણી પાસે ઓછો છે કે વધારે તે વિચારવાની પણ જરુર નહિ રહે. જેમ સમયનું ચક નિરંતર ચાલ્યા કરે છે તેમ જીવન મૃત્યુનું પણ ચાલ્યા કરશે. આજે આપણે અહીં છીએ કાલે બીજે ક્યાંય હઈશું પણ જીવનની રીત તો આ જ રહે તેવો પુરુષાર્થ કરવાનો છે. તો ચાલો આજથી જ શરુ કરીએ. સમય છે અને સંજોગો પણ ! જયાબેન મજામાં હશે તેમને મારી યાદ !

 લી. સ્મિતાના સ્નેહસ્મરણ

29

આદરણીય કલમબંધુ શ્રી જાદવજીભાઈ

આપનો પત્ર સમયસર મળી ગયો હતો. એને ટેબલ પર જ રાખેલો કે પ્રતિભાવ સમયસર આપી શકું. આ પત્રમાં આપના હાથે લખાયેલા બે લેખ છે. પહેલો શું તમે ડિપ્રેશનમાં છો અને બીજો લેખ છે કલ હો ના હો.

હમણાંથી ધાર્યું કામ થઈ શકતું નથી. હમણાં કુમારપાળ દેસાઈની દળદાર નવલકથા અનાહતા જે કુંતિના જીવન પર આધારિત છે તે વાંચી. વળી અત્યારે જૈન સાહિત્યનો એક વર્ષનો ડીપ્લોમા કોર્સ કરું છું તેમાં પરીક્ષા છે એટલે વાંચવામાં પડી છું. તમારી ઉપર આવેલા બધા જ પ્રતિભાવો ખૂબ સુંદર છે અને યથા યોગ્ય પણ છે એમ કહી શકાય. તમારા જેવી આદરણીય અને સમસ્ત સાથે જોડાયેલી વ્યક્તિ માટે જેટલું લખીએ એટલું ઓછું પડે.

પાંચેક વર્ષ પહેલાં મેં અભિરુચિમાં શ્રીલાલ શુક્લની ઓલ ટાઈમ ક્લાસિક નવલકથા રાગ દરબારી જે અફલાતુન કટાક્ષિકા છે અને એને જ્ઞાનપીઠ એવોર્ડ પણ મળેલો છે તેના પર વક્તવ્ય આપ્યું હતું. આઝાદીના આઠ વર્ષ પછી લખાયેલી આ નવલકથામાં આપણા દેશની પરિસ્થિતિ પર પાને પાને કટાક્ષ છે. કથાનો નાયક રંગનાથ શહેરમાં રહીને ભણે છે અને માંદો પડે છે એટલે ગામડામાં ચોખ્ખા હવા-પાણીના લીધે મામાને ત્યાં સાજો થવા આવે છે. ઉત્તર પ્રદેશમાં આવેલુ કાલ્પનિક ગામ શીવપાલગંજ સમગ્ર ભારતના ગામડાંઓનું

પ્રતિનિધિત્વ કરે છે. નાયકના મામાજી બ્રાહ્મણ તો ખરા જ ઉપરાંત ગ્રામ પંચાયતના મુખી જ નહિ પણ તમામ સરકારી ક્ષેત્રોના સર્વેસર્વા છે. શિક્ષણ (કૉલેજ), કાયદો (કોર્ટ), સહકારી મંડળી (ગામડાના વિકાસ માટે અપાતી સહાય) વગેરે વગેરે. રંગનાથ જેવો શહેરી અને ભણેલો ગણેલો યુવાન મુક સાક્ષી બનીને બધો તાલ જોયા કરે છે. લેખકે કટાક્ષ કર્યો છે ભારતના મોટા ભાગના યુવાનોને પોતે બુધ્ધિશાળી છે તેનો આત્મસંતોષ છે. એમનુ ભણતર એમને દલીલો કેવી રીતે કરવી તે શીખવાડે છે.

બીજાઓએ શું કરવું જોઈએ અને શું ના કરવું જોઈએ તેનું ભાષણ આપતા શીખવાડે છે. પોતે પણ કંઈ કરવું જોઈએ એવો સુજ્ઞ વિચાર તેમને આવતો નથી. દેશનું શું થશે ? એની ચિંતા એને સતાવી રહી છે. આને કહેવાય ડિપ્રેશન.

ધણાં માણસો હુંપણાના વર્તુળમાંથી બહાર જ આવી શકતા નથી. હું બહુ જ સહન કરું છું બીજાનું તો કામ જ નહિ. આ માનસિકતાનું એક સુંદર દ્રષ્ટાંત છે. બધા પોતપોતાના દુઃખડા લઈને ભગવાન પાસે પહોંચી જાય છે. ભગવાન કહે છે કે બધા પોતાના દુઃખોનું પોટલું બાંધી કાલે સવારે મારી પાસે આવજો. લોકો તો પહોંચી જાય છે સવારના પહોરમાં. ભગવાન બધાને એક રુમમાં ભેગા કરીને કહે છે કે હું આ રુમને બહારથી બંધ કરુ છું. સાંજે પાછો આવીશ. દરેક જણને પોતાનું પોટલું બદલવાની છૂટ છે. રુમમાં રહેલા બધા જ એકબીજાના દુઃખોની આપલે કરતા રહ્યા. સાંજે ભગવાન આવ્યા ત્યારે બધા જ એક સૂરે બોલી ઉઠ્યા ભગવાન અમારે તો અમારુ જ પોટલું જોઈએ છે. બીજાનું દુઃખ કે પરિસ્થિતિ જાણીએ ત્યારે ખબર પડે કે જિંદગી સરળ નથી.

ખરેખર તો ભગવાને આપણને આપણી યોગ્યતા કરતા વધારે આપ્યું છે. પણ બીજા કેટલા સુખી છે એવા ભ્રમમાં આપણે ડિપ્રેશનમાં છીએ એવું માની લઈએ છીએ.

તમારો બીજો લેખ છે કલ હો ના હો. તમારી વાત સાવ સાચી છે કોઈ

પણ કામ કાલ પર ના છોડવું જોઈએ. ઘણા લોકોનો સ્વભાવ એવો હોય છે કે દરેક કામને પાછું જ ઠેલ્યા કરે. શું ઉતાવળ છે? નવરા પડીશુ ત્યારે કરીશું. એ નવરાશ ક્યારેય આવતી નથી. જિંદગી ભગવાન તરફથી મળેલી અનુપમ ભેટ છે. એને માણતા શીખવું જોઈએ. ઘણાં માણસો પોતાને મળતો આનંદ માણી શકતા નથી. સ્કુટર પર ફરતા હોય અને નાની ગાડી લે એને માણી ના શકે. વિચારશે કે મોટી ગાડી ક્યારે આવશે મોટી ગાડી પણ આવી જાય તો વિચારશે ફોર્ડ ક્યારે આવશે ? અરે, ભલા માણસ જે મળે છે તેને માણતા શીખ. આગળ વધતો રહીશ તો મળતું રહેશે પણ જે મળે છે તેના માટે કૃતજ્ઞ બનતા શીખવું જોઈએ. કદાચ અથવચ્ચે આયખુ ખૂટી જશે તો શું કરીશું? રડતા રડતા જઈશું? સમય નથી સમય નથી કરીને આપણે માબાપ અને મિત્રો માટે પણ એવું જ વિચારી લઈએ છીએ. અચાનક કોઈ જતું રહે ત્યારે અફસોસનો ય નથી રહેતો.

જીવનસંધ્યાએ પહોંચ્યા પછી કોઈની સાથે અબોલા થયા હોય તો પણ તોડી નાખવા જોઈએ. જીવન ત્યારે જ માણી શકાય છે જ્યારે મન હળવું ફૂલ હોય. તો મિત્રો આવતી કાલની રાહ ક્યારેય ના જોઈએ. શી ખબર કલ હો ના હો.

જયાબેનને મારી યાદ.
લી. સ્મિતાના સ્નેહ સ્મરણ

30
જીચે તો કૈસે જીચે

અમદાવાદથી બહેન સ્મિતાબેન શાહે મોકલાવેલું પોતાનું સ્વાનુભવનું 'જીવન' વિશેનું ચિંતન મને ખરેખર બહુ જ ગમ્યું. લખે છે કે, "જીવનસ્વયં અર્થવિહિન છે. એનો અગાઉ નિર્ધારીત થયેલો કોઈ જ ચોક્કસ અર્થ હોતો નથી. આપણી ફરજ છે કે, આપણે આપણને મળેલા મહામૂલા જીવનને કોઈ નક્કર અર્થ પ્રદાન કરીએ. પૃથ્વી પરના દરેક મનુષ્યનાં પ્રારબ્ધ, પરિસ્થિતિ તથા સંજોગો જુદા જુદા હોવાથી કોઈના જીવનની નકલ થઈ શકે નહીં. ઈશ્વર પર ભરોસો રાખીને તથા અન્ય લોકોને મદદરૂપ થઈને હસતાં-હસતાં આપણે આ જીવનને કોઈક સુંદર અર્થ આપવાનો છે. ઈશ્વરે આપણા માટે જે પણ નિર્માણ કર્યું છે તેમાં જ આનંદિત રહેવું એ જ ખરું જીવન છે."

વિષય : "જીચે તો કૈસે જીચે"

અમદાવાદથી ડૉ. કીરીટભાઈ ગાંધીએ પ્રતિભાવ સ્વરૂપે પાઠવનારા કેટલાય પત્રમિત્રોના મંતવ્યો વિશે પોતાના વિચારોની રજુઆત કરી છે. એમણે લખ્યું છે, "સ્મિતાબેન શાહના લખાણ, 'Busy people are always free' દરેક વહીવટકારે આ સુવાક્ય પોતાના ટેબલપર રાખવા અને અનુસરવા જેવું કીમતી વાક્ય છે. આમ કરવાથી ટેબલ ઉપર ફાઈલોના ઢગલા થતા અટકી જાય.

અમદાવાદથી આદરણીય સ્મિતાબેન શાહે લખ્યું છે કે, "માણસને પરણતા તો આવડે છે પણ પરણેલો બનતા નથી આવડતું. અહંકારવશ થઈ ખુશીઓના પ્રવેશદ્વાર બંધ કરી દેવામાં આવે તો એમાં વાંક કોનો ? દાંપત્યજીવન એ રમત નથી પણ યોગ છે, સુયોગ છે, સુમેળ છે, પતિ હોય કે પત્ની બંનેને સ્મિત, સન્માન અને પ્રશંસા ગમે જ છે. જીવનમાં જો થોડી પ્રશંસા, થોડી સહિષ્ણુતા અને થોડી ક્ષમાભાવના, થોડું સ્મિત, થોડી આત્મીયતા અને થોડા સમર્પણની ઉદારતા અપનાવવામાં આવે તો જીવન મધુરું મધુરું બની જાય. જીવનમાં અપાર ખુશીઓનો ભંડાર છલકાઈ જાય ! વધારામાં લખ્યું છે કે, સુખ એ કોઈ પ્રદેશ કે વસ્તુનું નામ નથી કે જ્યાં આપણને જઈ શકીએ અથવા તો ખરીદી કરી શકીએ. સુખ એ મનની એવી અવસ્થા છે જેને આપણે આપણી જાતે જ આપણા પોતાના પુરુષાર્થ દ્વારા હાંસલ કરવાની છે. જો કે બધા જ દંપતિઓમાં બાંધછોડનું વલણ એક સરખું હોતું નથી. એવા પણ યુગલો હોય છે જેમને એકમેક પ્રત્યે કેટલીય ફરિયાદોનો ઢગલો હોય અને લડવામાંથી ઉંચા જ ના આવતા હોય. આવા યુગલો જ્યારે પ્રૌઢાવસ્થામાં પહોંચે છે અને તેમના સંતાનો પરણી જાય છે પછી તેઓ એકબીજાની નજીક આવી જતા હોય છે કે એકબીજા વગર ચાલતું પણ નથી. બધી ફરિયાદો ક્યાંય ઓગાળી જાય છે." કોઈ બિમાર હોય, કોઈકની પત્નીનો ત્રાસ હોય, કોઈને સંતાનની ચિંતા હોય, કોઈના ઘરમાં પૈસાનો પ્રશ્ન હોય, આવા કોઈને કોઈ સમસ્યાથી પીડાતા માણસો કાંઈ પોતાના કપાળે કે પીઠ ઉપર પોતાના દુઃખ દર્દીના લેબલ લગાડીને ફરતા હોતા નથી."

આદરણીય સ્મિતાબેન શાહે ગયા વખતના પત્ર સાથેના લેખ, 'જીવનની પ્રાથમિકતાઓ - Priorities of Life !'ની સરાહના કરતા લખ્યું છે કે, "જીવનમાં ખરેખર પ્રાયોરિટિઝનું મહત્ત્વ સમજવા જેવું છે. પણ આજે બહુ ઓછા માણસો એનું મહત્ત્વ સમજતા હોઈ આપણે આદેશાત્મક ભાષામાં કહેવું પડતું હોય છે. તમારો માણસ જ્યારે તમે કંઈ કહો કે આટલું કામ કરી નાખજો. એ ભલે જવાબ આપીને મોબાઈલમાંથી માથું જ કાઢતો નથી, પછી છેવટે કહેવું પડે,

મોબાઈલને આધો મૂક અને પહેલા કામ પતાવો. કામ કરનારો વર્ગ તો જાણે સમજ્યા પણ મોટા ભાગના લોકોને પોતાનું કામ પાછું ઠેલ્યા કરવાની ટેવ હોય છે. પછી એ ઠેલણગાડીના ઢગલામાં પોતે જ એવા ફસાઈ જાય છે કે એમાંથી બહાર નીકળવું અઘરું થઈ પડે છે. એવા સમયે ઓચિંતુ જ કોઈ મહત્ત્વનું કામ ઊભું થાય ત્યારે પોતે જ એવા ગૂંચવાઈ જતા હોય છે કે શું કરવું ? આ ગૂંચવાડો બહુ કામ હોવાથી નથી થતો પણ દરેક કામને પાછળ ઠેલ્યા કરવાથી થાય છે. જે માણસ પોતાનું કામ કરવાનો આનંદ માણે છે તેને ક્યારે ય સમયનો અભાવ નડતો નથી. કારણ કે હકીકત એ છે કે, "Busy People are Always Free."

કરવા જેવા અગત્યના કામોને પ્રાથમિકતાના ધારણે કરવામાં આવે તો અણધાર્યા આવી પડતા મહત્ત્વના કામો સહેલાઈથી પતાવી શકાય છે. એવા કેટલાય માણસો આપણે જોઈએ છે કે, મોબાઈલ, ફેસબુક, વૉટ્સએપ કે ચેટિંગમાં એટલા બધા ઓતપ્રોત થઈ જતા હોય છે કે બહુ જ અગત્યના કામો પણ બાજુ પર રહી જતા હોય છે. જો આપણે જીવનમાં નિયમિતતા કેળવીએ, દરેક કામનો યોગ્ય સમયફાળવીએ, પ્રાથમિકતામાં આપણી પોતાની જાત મુકીએ અને ક્ષુલ્લક બાબતો પાછળ સમય ના ગુમાવીએ તો પણ આપણું મન મોકળું રહેશે અને જીવનમાં સાચો આનંદ મેળવી શકીશું."

"ગયા વખતના પત્ર સાથે મોકલાવેલ એક સાચો પ્રસંગ, 'ડેડી આઈ લવ યુ' માટે ઘણાં મિત્રોના હ્રદયસ્પર્શી પ્રતિભાવો સાંપડ્યા. માઈકલ અને જોન, પિતા અને પુત્ર સાથે બી.એમ.ડબલ્યુ. કાર જોને કરેલા કાર પરના ઉઝરડા અને પિતાના ગુસ્સાએ લીધેલો પુત્રની આંગળીઓનો ભોગ પછીથી ખબર પડતાં કાર ઉપરના લિસોટાઓમાં લખેલા શબ્દો, 'ડેડી આઈ લવ યુ' વાંચીને માઈકલને થયેલો પારાવાર પસ્તાવો ! હંમેશાં લાગણીસભર પ્રતિભાવો પાઠવતાં અમદાવાદથી સ્મિતાબેન શાહે અંગ્રેજીમાં તેનો બહુ જ હ્રદયસ્પર્શી ઉત્તરાર્ધ લખી મોકલાવ્યો છે, જેનો ભાવાનુવાદ આ પ્રમાણે છે. પસ્તાવાના ભારથી તરફડતો માઈકલ બીજા દિવસે આપઘાત કરે છે. ગુસ્સો કે પ્યાર. એની કોઈ

સીમાઓ નથી હોતી. પ્રેમ અને સૌંદર્યસભર હેતુલક્ષી જીવન જીવવા માટે હંમેશાં પ્રેમની પસંદગી કરો. ચીજ-વસ્તુઓ વાપરવા માટે હોય છે અને મનુષ્યો પ્રેમ કરવા માટે હોય છે, પરંતુ આજે દુનિયામાં તકલીફ એ છે કે મનુષ્યોને વાપરવામાં આવે છે અને વસ્તુઓને પ્રેમ કરાય છે ! તમારા શબ્દોને તપાસો, એ તમારી પ્રવૃત્તિ બને છે. તમારી પ્રવૃત્તિઓને નિહાળો, જે તમારું વલણ બને છે, તમારા વલણને જુઓ, એ તમારી પ્રકૃતિ બને છે અને તમારી પ્રકૃતિને જુઓ, જે તમારું પ્રારબ્ધ બને છે." સ્મિતાબેને માંદગી દરમિયાન લખેલું કાવ્ય.

તારો પ્રેમ કે મારી ચેલેન્જ ?

અસ્વીત્વ મારું, સ્વીકાર તારો,
સુંવાળપ મારી, વજ્ર લેપ તારો,
પ્રેમ ગણું તારો કે મરી ચેલેન્જ ?
ડગલે ને પગલે અગ્નિપરીક્ષા મારી,
એમાંથી ખરા ઉતરવાની ખાતરી તારી.
સંઘર્ષ ઘણો વેઠ્યો, સામે અંધકાર ભાસે,
દરેક અંધકારમાં તેજ લીસોટો તું પ્રકાશે,
પ્રેમ ગણું તારો કે મારી ચેલેન્જ ?
અગણિત આપ્યો પ્રેમ તેં સ્વજનો થકી,
બધા ય માટીના ઘડા, જ્ઞાન લાધ્યું તારાથી.
રોગ આવ્યો જીવલેણ, આવીને ઊભું મૃત્યુ
તેને આપી હાથતાળી, પાછળ તારું સ્વરૂપ દીઠું.
પ્રેમ ગણું તારો કે મારી ચેલેન્જ ?
ભવોભવ માંગુ અસ્તીત્વ મારું, સ્વીકાર તારો.
જીવન એક સિક્કો, ફ્લોસ હું તારી, કિંગ તું મારો.
અને સદાય ચેલેન્જ મારી અને પ્રેમ તારો.

- સ્મિતા પિનાકીન શાહ

કોઈ પણ કવિ જ્યારે અંતરનું દર્દ છુપાવવા માટે મથે છે ત્યારે વધારે વાસ્તવિક કૃતિ પ્રગટ થતી હોય છે. જેથી બીજાઓ તેના દર્દને પકડી ન શકે, તેની "વાહ... વાહ..." કરે અને કલા પ્રગટ થાય. શ્રી સૌરભ શાહ લખે છે કે, "વેદ, ઉપનિષદ અને ગીતા રચનારાઓ કવિ હતા, ચિંતક હતા. ચિંતન ક્યારેય લુખ્ખું ન હોય. જીવનને સ્પર્શતું ચિંતન હંમેશાં લાલિત્યમય હોવાનું. કવિતામાં ચિંતન ન હોય તો તે જોડકણું બની જાય. કવિતાનો પ્રકાર ખેડનારા બહુ ઓછા સર્જકો પોતાના સર્જનને ચિંતનની કક્ષાએ લઈ જઈ શકે છે. ઉપરોકત કાવ્યમાં કવયિત્રી સ્મિતાબેન આ કાવ્યને ચિંતનની કક્ષાએ લઈ જવામાં સફળ પુરવાર થયા છે.

2002માં પતિશ્રી પિનાકીન ભાઈની વસમી વિદાય, 2006માં બંને પગે ઘૂંટણનું ઓપરેન તથા 2008માં બ્રેસ્ટ કેન્સર તથા તે પછી ધ્રુજારી ઉત્પન્ન કરાવતી કેમોથેરાપીની સારવાર બાદ પણ એક ફીનીક્ષ પંખીની જેમ પાછા ઊભા થઈ જનાર "તારો પ્રેમ કે મારી ચેલેન્જ ?" કાવ્યના રચયિતા કવયિત્રી સ્મિતાબેન પિનાકીન શાહ જીવનમાં લાગતા ઊંડા રૂઝાવી શકે એવી Louise L. Hay લિખિત You Can Heal Your Life ના સારાનુવાદ "મનોપચાર" તથા પોતાના જીવનમાં ઉદભવેલા સ્વાનુભવોને વર્ણાવતી "સંવેદના અને સ્મિત" પુસ્તિકાઓના રચયિતા છે.

ગુજરાતી ભાષાની શિરમોર કવિશ્રી સુરેશ દલાલ લખે છે કે, "ક્યારેક કેટલીક કવિતાઓ જીવનની વાસ્તવિકતાઓનો પણ વસમો અનુભવ કરાવીને જિંદગી કઈ રીતે જીવી શકાય એનું સૂચન કરે છે. કવિતા ગમે એટલી વેદનાભરી હોય છતાં પણ એ આપણને કયાંક ને કયાંક ખભો આપે જ અને હૂંફથી આપણી લાગણીનું જતન કરી પ્રેરણાથી જીવવાનું બળ આપે છે. કવિતા આપણને પ્રેમથી બાંધીને છેવટે તો મુક્તિનો અનુભવ જ આપે છે. એ આપણી ઉદાસીને ખંખેરી શકે છે. હતાશાને હણીને આનંદની અવસ્થામાં મૂકી આપે છે. આપણા અનુભવને તીવ્ર અને ઉત્કટ કરીને એને અનુભૂતિનું સ્વરૂપ આપે છે. અનુભવ એ હકીકત છે, અનુભૂતિ સત્ય છે. વેદનાની કવિતા પણ - અથવા કહો કે શોકની

કવિતા પણ શ્લોકને પ્રગટાવી શકે છે. રમણિયતાનો પણ એક આનંદ હોય છે.”

જાણો કે ઈશ્વય સાથે મોઢામોઢ પ્રત્યક્ષ વાર્તાલાપ કરી રહ્યા હોય એવા ઉપરોકત કાવ્યમાં કવયિત્રીએ જીવન પ્રત્યેના પોતાના પડકારાત્મક અભિગમનો અણસાર આપ્યો છે. “નિશાન ચૂક માફ, પણ, નહીં માફ નીચું નિશાન.” ગોલ્ડસ્મીથની વિચારકારીકા છે.

Our glory consists not in never falling,
But in rising every time we may fall!

જીવનનું સૌન્દર્ય માત્ર ન પડવામાં જ નથી, પરંતુ જ્યારે જ્યારે પડીએ ત્યારે ત્યારે ફરીથી પાછી ઊભા થવામાં છે ! હકારાત્મક દ્રષ્ટિકોણ અપનાવી સાચી દિશામાં પુરી નિષ્ઠાપૂર્વક કોઈ પણ કાર્ય કરવામાં આવે તો તે નિશ્ચિત સફળતાને વરે જ છે એમાં શંકાને કોઈ જ સ્થાન નથી.

મનુષ્યની અસ્તિત્વની પુષ્પભમ સુંવાળપને જ્યારે ઇશ્વર વજભમ લેપ લગાડી આપે પછી જીવનમાં ભલે ને ડગલે ને પગલે મુશ્કેલીઓ ઊભી થાય પણ તેમનું જો કેટલું ટકે ! તે તો ઉભી પૂંછડીએ ભાગી જ જાય. અસતા વેદનીય કમૌનો ઉદય વખતે અનુભવાતી ભીષણ માનસિકતથા શારિરીક વેદનાઓ વેઠતી વખતે ટૂંકા ગાળા માટે કદાચ સામે અંધકાર ભાગતો હોય પરંતુ એમાં આશાનો તેજ લીસોટો પાથરવી ઈશ્વર હાજર જ હોય છે !

પ્રિયતમ અને પ્રિયતમાની પ્રેમગાથાઓ અગણિત છે. પ્રેમ વાસિનો વર્ષાવ કરવા કે એકબીજા માટે જાન ન્યૌચ્છ કરવી બંને તત્પર જ હોય છે. પતિના હ્રદયની બીમારી વખતે કવયિત્રીએ કરેલા સંદર્ષમય પુરુષાર્થ માટે જ તેમને “સાવિત્રી” તથા “ગૃહલક્ષ્મી”નો પુરસ્કારો પ્રાપ્તથયા હતા. માણસ મરણ પામે છે પછી તે સ્મૃતિમાં ભદાયને માટે ત્યજીવન થઈ જાય છે. જીવનની ક્ષણભંગુરતાનો અનુભવ થયા પછી

જસાંસારિક નશ્વરતાની ખાતરી થઈ જતી હોય છે. કેન્સર એટલે કેન્સલ એવી પ્રચલીત માન્યતા ધરાવતા આ જીવલેણ રોગને હિંમતપૂર્વક હાથતાળી આપવા પાછળ ઈશ્વરનું જ સ્વરૂપ હોવાનું રજુ કરીને સ્મિતાબેને પરમનિયંતા ઇશ્વર પ્રત્યે પોતાની શ્રધ્ધા તથા સમર્પણનો ભાવવ્યકત કર્યો છે પણ તેમાં ક્યાંય પોતાની લાચારીનો લેશ માત્ર ભાવ પણ પ્રતિબિંબિત થતો નથી ! ઈશ્વર પાસેથી ભવોભવથી માત્ર પોતાના અસ્તિત્વ તથા તેનો સ્વીકારની જ પ્રાર્થના કરી છે.

કાવ્યના અંતમાં જીવનને એક જ સિક્કાની બે બાજુ ગણાવીને ઇશ્વરને પણ કેટલો બધો પોતાની નજદીક આણી પોતાને ક્રોસ અને ઈશ્વરને પોતાનો કિંગ બનાવી દીધો છે ! સ્મિતાબેને આપણને ખરેખર એક સુંદર કાવ્ય મોકલાવ્યું છે એ બદલ એમને અભિનંદન...

જાદવજી કાનજી વોરા